ST. AUGUSTINE YA KIHINDI (354–430 AD)

Kutoka a Kutotulia Moyo kwa a Imeandikwa Maisha

Kuishi Nyaraka – 40 Siku Ibada Mfululizo - 1

Kwa

Aurelius Augustinus – St Augustine ya Kiboko;

Zakaria Godseagle;

Balozi. M. O. Ogbe;

C. Ladi Ogbe;

Meza ya Yaliyomo

HAKI MILIKI © UKURASA

ST. AUGUSTINE YA KIHINDI (354–430 AD)
Kutoka a Kutotulia Moyo kwa a Imeandikwa Maisha
Kuishi Nyaraka – 40 Siku Ibada Mfululizo | Kitabu 1

WAANDISHI
Aurelius Augustinus (St. Augustine ya Kiboko)
Zakaria Godseagle
Balozi Jumatatu O. Ogbe
Comfort Ladi Ogbe

PUBLISHER
Zakaria Godseagle na Godseagle Wizara
Imechapishwa na: **Zacharias Godseagle** Mawasiliano - **https ://www.ota kad a.org**
ambassador@otakada.org
Simu/SMS +13024922440;
WhatsApp +2348032835348

KANUSHO

Hii kitabu ni a ibada na ufuasi rasilimali. Wakati hiyo kuchora kutoka kwa maandishi ya kihistoria, ikiwa ni pamoja na *Ukiri wa Mtakatifu Augustine* , haikusudiwi kama a muhimu kitaaluma toleo au a mbadala kwa msingi kitheolojia maandishi.

Maandiko nukuu ni kutumika kwa ibada na mafundisho madhumuni. Tafsiri na programu ni iliyowasilishwa kwa maombi na kichungaji.

MAANDIKO TAARIFA

Isipokuwa imeonyeshwa vinginevyo, manukuu ya Maandiko yamechukuliwa kutoka kwa maandishi yanayotumika sana Kiingereza tafsiri. Msisitizo ina imekuwa imeongezwa katika maeneo kwa uwazi na ibada umakini.

TAARIFA ZA UCHAPISHAJI

Imechapishwa katika ya Umoja
Majimbo ya Amerika Kwanza Toleo

KUHUSU KITABU – Mtakatifu Augustine wa Hippo (354–430 BK) –

Kutoka a Kutotulia Moyo kwa a Imeandikwa Maisha

Wkofia hufanya hiyo angalia kama wakati Mungu anakataa kwa kuacha a roho?

Maisha ya **Augustine wa Hippo (354–430 BK)** yanajibu swali hilo na isiyo ya kawaida uaminifu na kudumu nguvu.

Augustine hadithi inaendelea kwa zungumza ng'ambo karne nyingi kwa sababu hiyo huakisi mapambano nyingi waumini bado tambua leo—a maisha alama na hamu bila kupumzika, maarifa bila utii, imani bila kujisalimisha, na neema inayokataa kuachilia. Safari yake inafichua mgongano wa ndani wa moyo wa mwanadamu na asiyechoka rehema ya Mungu WHO anafuatilia, inakabiliwa, hurejesha, na hubadilisha.

Kuishi Nyaraka: St. Augustine ya Kiboko (354–430 AD) ni a **Ibada ya Kikristo wasifu** iliyoundwa kwa mwanafunzi waumini kupitia aliishi ushuhuda badala ya nadharia ya kufikirika. Kuchora kutoka kwa *Ukiri wa Augustine* na kushikilia imara katika Maandiko, hii kitabu zawadi Augustine maisha si kama historia ya mbali , lakini kama a **kuishi barua imeandikwa na Mungu kwa ya Kanisa leo** .

Kupitia simulizi la wasifu lenye kuvutia na **safari ya ibada ya siku 40 iliyopangwa kwa uangalifu** , wasomaji wanaongozwa kupitia mada za toba, utambulisho, kuchelewa utiifu, imegawanywa hamu, ndani mgogoro, neema, utakatifu, uvumilivu, kiroho vita, ukomavu, na inayoonekana matunda. Ya Safari hiyo inahama kimakusudi kutoka kwa malezi ya Augustine hadi mabadiliko ya msomaji. mwisho harakati ya ya kitabu zamu kwa uamuzi kuelekea ya msomaji.

Kupitia matukio madogo, yanayoongozwa na hadithi na vitendo vya utii, wasomaji wana walioalikwa kwa kujumuisha nini wao kuwa na kujifunza—kuchunguza yao mwenyewe maisha kama **hai barua ya Kristo** , imeandikwa na ya Roho ya ya kuishi Mungu na soma na ulimwengu .

Kitabu hiki kimeandikwa kwa ajili ya **ibada ya mtu binafsi, kujifunza kwa kikundi, ufuasi wa kanisa, uongozi uundaji, na misheni mafunzo** . Ni ni iliyoundwa si tu kwa taarifa, lakini kwa fomu—wito waumini kwa a imani hiyo ni inayoonekana, inayosomeka, na yenye kuzaa matunda.

Hii ni si tu a hadithi kuhusu Augustine.

Ni ni a simu kwa kuwa **inayoweza kuandikwa katika ya mikono ya Mungu** . **KITABU HIKI NI CHA NANI?**

Hii kitabu ni kwa:

- Wakristo njaa kwa kiroho kina na mtiifu imani
- Waumini mieleka na kuchelewa kujisalimisha au imegawanywa hamu
- Kanisa viongozi kufuasa wengine katika maisha halisi Ukristo
- Mpya waumini kutafuta halisi mifano ya aliishi imani
- Wasomaji WHO unataka Maandiko **kutumika** , si tu alielezea

Kitabu hiki kimeandikwa kwa ajili ya waumini wote, wakimwamini Roho Mtakatifu ili kubinafsisha ukweli kulingana na kwa kila moja ya msomaji safari.

THE AHADI YA HII KITABU

Hii kitabu ahadi kwa:

- Amka kiroho njaa
- Kukabiliana nusu-moyo utiifu
- Imarisha imani kupitia waaminifu ushuhuda
- Kuza zaidi mapenzi kwa Maandiko
- Hamasisha a maisha hiyo dubu inayoonekana matunda
- Vifaa wasomaji kwa moja kwa moja kama mabalozi ya Kristo

Ni hufanya **si** ahadi faraja bila mabadiliko.

Ni ahadi **mabadiliko kupitia Jisalimishe** . Shalom!

Zacharias Godseagle; Amb MO Ogbe; C. Ladi Ogbe

God's Eagle Ministries

https : //www.ot
akada.org

ambassador@otakada.org

KUJITOA

Tyake kitabu ni kujitolea kwa kila roho Mungu alikataa kwa kuachana.
Kwa hizo WHO aliamini ndefu kabla wao kutii.
Kwa hizo WHO mpendwa Mungu lakini mieleka na kujisalimisha. Kwa hizo WHO alijua ya ukweli bado kuchelewa mpangilio.
Kwa hizo ambaye safari ina imekuwa polepole, ngumu, na kwa undani imepingwa. Hii kazi ni kujitolea kwa waumini WHO ni bado kuwa imeandikwa—
ambao maisha yao bado hayajakamilika, lakini bado yamejitolea; ambao imani yao si kamilifu, bali ni thabiti;
ambaye hadithi yake haijakamilika, lakini amejisalimisha kwa Mungu kwa uaminifu . wote, hii kitabu ni kujitolea kwa ya utukufu ya Mungu,
WHO hufuatilia ya kutangatanga, kukabiliana ya sugu, hurejesha yaliyovunjika, na kukamilisha kazi anayoianza.
Kila maisha yanayokutana na kurasa hizi yawe shahidi aliye wazi zaidi wa Kristo,
a mkweli tafakari ya neema,
na barua iliyo hai—
imeandikwa na ya Roho ya ya kuishi Mungu.

SHUKRANI

Tyake kazi vibanda imewashwa takatifu ardhi umbo na Maandiko, historia, sala, na utiifu.

Kwanza na daima, yote heshima na shukrani mali kwa Mungu—Mwandishi ya uzima, ukweli, na mabadiliko. Bila Roho Wake, hakuna ufunuo; bila neema Yake, hakuna toba; bila uvumilivu Wake, hakuna kazi iliyokamilika. Kitabu hiki ipo kwa sababu Mungu inaendelea kwa andika imewashwa binadamu mioyo na anakataa kuacha kazi ya mikono yake.

Tunatambua ushuhuda wa kudumu wa **Augustine wa Hippo** , ambaye uaminifu wake kabla Mungu na ya Kanisa inaendelea kwa kufundisha, mfungwa, na ponya karne nyingi baadaye. Yake nia kwa kukiri udhaifu badala yake kuliko mpangilio Nguvu imeipa Kanisa ushuhuda unaobaki kuwa muhimu sana katika kila kizazi.

Tunashukuru kwa uhifadhi wa *Ukiri wa Augustine* na vizazi ya waumini, wasomi, watafsiri, wachungaji, na walimu WHO wamelinda ya Maandiko na kwa uaminifu kupita chini ya Mkristo shahidi. Sisi stendi si kama wavumbuzi ya ukweli, lakini kama wasimamizi ya a takatifu urithi.

Hii kitabu ni pia umbo na ya isiyoonekana kazi ya ya Kanisa—na washauri ambao kufundishwa utiifu badala yake kuliko makofi, na viongozi WHO imetengenezwa uadilifu chini ya shinikizo, na jumuiya hiyo thamani uundaji juu utendaji, na kwa waombezi ambaye sala ni inayojulikana pekee kwa Mungu.

Hatimaye, sisi kubali kila msomaji WHO mapenzi shirikisha hizi kurasa si kama maudhui kwa hutumia, lakini kama a simu kwa jibu. Hii kitabu ni haijakamilika bila yako utiifu. Ni kweli matunda mapenzi si kuwa kipimo katika kurasa soma, lakini katika maisha yaliyopangwa, tabia imebadilishwa, na Kristo imetengenezwa inayoonekana kupitia mwaminifu shahidi.

Mei Mungu kupokea ya utukufu kwa nini Yeye peke yake kopo andika.

DIBAJI

Tyeye Mkristo imani ina kamwe imekuwa endelevu na mawazo peke yake. Ni ina daima imekuwa kuhifadhiwa kupitia **maisha** .

Kuanzia Ibrahimu akiondoka kwenye uzoefu, hadi Musa akibeba mzigo ya a taifa, kwa Paulo kujumuisha ya injili yeye mara moja kinyume, Mungu amechagua kujitambulisha kila mara si tu kupitia ufunuo ulioandikwa, bali **pia kupitia utiifu** . Maandiko yanafunua ukweli; maisha yanaonyesha hiyo. Mafundisho anafundisha; shahidi hushawishi.

Katika kila kizazi, Kanisa linakabiliwa na hatari ile ile ya kimya kimya: kuamini kwamba kukubaliana na ukweli ni sawa na kujisalimisha kwake. Tunaishi katika wakati wa ufikiaji usio wa kawaida wa Maandiko, theolojia, na maudhui ya Kikristo—lakini pia tunaishi katika wakati ambapo matunda yanayoonekana, uvumilivu wa kiroho, na imani ya utiifu yanazidi kuwa nadra. Changamoto ya kisasa si ujinga wa ukweli, bali ni **upinzani dhidi ya malezi** .

Ya *Kuishi Nyaraka* mfululizo ipo kwa sababu ya Biblia yenyewe anasisitiza hiyo waumini ni si tu wasomaji ya Maandiko, lakini **yake** barua **zinazoendelea** imeandikwa si pamoja na wino, lakini na ya Roho ya ya kuishi Mungu, inayojulikana na soma na yote Ukristo haukukusudiwa kamwe kupendwa kutoka mbali. Ulikusudiwa kuonekana **, majaribio, na tafsiri kupitia maisha** .

Augustine wa Hippo anasimama kama mmoja wa mifano iliyo wazi na ya kweli zaidi ya ukweli huu. Maisha yake hayakuwa nadhifu au ya mstari. Yalikuwa ya umma, yenye migogoro, na ya kiakili kipaji, kimaadili imegawanywa, kwa undani mwenye dhambi, kweli mwenye kutubu, na hatimaye kujisalimisha. Augustine alifanya si mpangilio a ushuhuda; yeye **kukiri maisha** . Hakuficha mapungufu yake; aliyaweka mbele za Mungu ili wengine waponywe, waonywe, na waimarishwe.

Kitabu hiki kinazindua *Nyaraka Zilizo Hai – Mfululizo wa Ibada wa Siku 40* kwa makusudi kusadikika: ufuasi ni kuharakishwa wakati waumini tazama vipi ukweli ni aliishi **chini ya shinikizo** , **juu wakati** , **kupitia kuchelewa** , **katika kushindwa** , na **na neema** .

Augustine hadithi inathibitisha hiyo mabadiliko ni mara nyingi polepole zaidi kuliko sisi kutarajia, fujo kuliko tunavyopendelea, na yenye kudai mengi zaidi kuliko imani tu—lakini pia zaidi kudumu.

Kitabu hiki kimeandikwa kwa ajili ya Kanisa ambalo lazima lirejeshe si tu kile linachoamini, bali **pia jinsi linavyoishi** .

MSOMAJI MAPITIO

"Tyake kitabu hubadilisha Augustine kutoka a mbali kitheolojia jitu katika mwenzake msafiri ambaye mapambano, ucheleweshaji, na kujisalimisha hisia kwa kushangaza kisasa. Ni ni zote mbili kutuliza na imejaa matumaini."

"MCHANGANYIKO NADHA WA WASIFU, Maandiko, na malezi ya kiroho. Ibada hii haitoi taarifa tu akilini—inasukuma kwa upole lakini kwa nguvu moyoni."

"KUISHI" Nyaraka MIALIKO ya msomaji kwa simama kutazama imani kutoka umbali na kuanza kuuishi kwa njia inayoonekana. Uaminifu wa Augustine unakuwa mlango wa kibinafsi toba na upya."

"KAZI HII INATUKUMBUSHA kwamba ushuhuda mkuu wa Mungu haujasafishwa maisha, lakini alikubali zile. Augustine hadithi ni kushughulikia na heshima, kina, na uchungaji hekima."

"ZAIDI" THAN A SIKU 40 ibada, hii kitabu ni a endelevu kukutana na neema—aina inayofuatilia, inayosubiri, inayokabiliana, na hatimaye inayobadilisha."

UTANGULIZI

"Ywewe ni yetu waraka, imeandikwa katika yetu mioyo, inayojulikana na soma na yote wanaume."

— 2 Wakorintho 3:2

Mungu kamwe iliyokusudiwa Yake Neno kwa kubaki muhtasari.

Yeye iliyokusudiwa hiyo kwa kuwa nyama tena—kupitia Yake watu.

Ya Maandiko walikuwa si kupewa tu kwa taarifa ya akili, lakini kwa **umbo maisha** . Kutoka ya mwanzo, Mungu muundo ina imekuwa hiyo Yake ukweli ingekuwa kuwa inayobebwa waziwazi kupitia utii wa kibinadamu—ili ulimwengu usisikie tu kile kilicho kweli, lakini **tazama nini hiyo hutoa** .

Maisha ya Augustine wa Hippo yanafunua mpango huu kwa uwazi wa kushangaza. Augustine alijua ukweli muda mrefu kabla ya kuutii. Alimpenda Mungu kabla ya kujisalimisha kwake kikamilifu. Angeweza kuelezea mafundisho ya Kikristo huku bado akipinga utii wa Kikristo. Hadithi yake inafichua mvutano wa waumini wengi kimya kimya. kubeba leo: ya pengo kati ya nini sisi kukiri na nini sisi mazoezi.

Augustine safari ni si ya hadithi ya a mwanaume WHO ilikosa maarifa. Ni ni hadithi ya a mwanaume ambaye **mapenzi imechelewa nyuma yake imani** , ambaye matamanio kupinga mpangilio, na ambaye kujisalimisha alikuja pekee baada ya ndefu mapambano. Mungu hakumtupa katika kuchelewa huko. Badala yake, alimfuata Augustine kwa tamaa kubwa, akili, mafanikio, kushindwa, hamu, aibu, na upinzani—hadi Kristo alikuwa si tu aliamini, lakini **imeundwa ndani** .

Kitabu hiki kinakualika katika maisha ya Augustine si kama mtazamaji, bali kama mshiriki. Hakikuombi kuvutiwa na uongofu wake au kuchambua theolojia yake kutoka mbali. Kinakualika kuchunguza ucheleweshaji wako mwenyewe, uliogawanyika. anapenda, Privat maelewano, na ruwaza ya upinzani katika ya mwanga ya Maandiko Matakatifu na ushuhuda ulio hai.

Kadri ibada inavyoendelea, mwelekeo hubadilika polepole. Maisha ya

Augustine yanakuwa kioo, na hatimaye kioo humgeukia msomaji kikamilifu. mwisho harakati ya hii safari ni makusudi vitendo na kutafuta—kuwasilisha kisasa matukio, kimya vitendo ya utiifu, na nyakati ya uamuzi wapi imani lazima kuwa inayoonekana.

Wewe ni si kusoma historia peke yake.

Unasoma kile ambacho Mungu anaweza kufanya na maisha ambayo hatimaye yanaleta matunda . na ya mwisho, wewe ni hapana ndefu zaidi pekee a msomaji.

Wewe ni ya barua kuwa imeandikwa.

JINSI KWA TUMIA HII KITABU

Kwa Watu binafsi na Vikundi

1. KUTUMIA HII KITABU AS AN MTU MMOJA

Hii ibada ni si iliyoundwa kwa kasi, ujazo, au mkusanyiko wa taarifa. Imeundwa kwa ajili ya **uundaji** .

A. Kila siku Mdundo (15–30 Dakika)

Kila moja siku ni muundo kwa kuwa aliishi, si alikimbia.

Imependekezwa mtiririko:

1. **Soma Polepole**
   Fanya si skimmed. Soma kama ingawa ya maandishi ni kusoma *wewe* .
2. **Ingiza ya Hali**
   Fanya si chambua hiyo.
   Fikiria wewe mwenyewe katika hiyo. Acha hiyo uso waaminifu athari.
3. **Kukaa Pamoja na ya Swali**
   Ya maswali ni si maana kwa kuwa akajibu Baadhi
   yamekusudiwa kukaa siku nzima.
4. **Mazoezi ya Kitendo**
   Kila moja siku inajumuisha a ndogo kitendo ya utiifu.
   Fanya hiyo kimya kimya. Fanya si tangaza hiyo. Acha hiyo umbo wewe.
5. **Omba Kwa urahisi**
   Ya sala ni makusudi wazi.
   Tumia wao kama imeandikwa au acha wao fungua yako mwenyewe manen

B. Mkao kwa Mtu binafsi Tumia

- Soma **moja siku kwa kila siku pekee**
- Epuka kuruka mbele, hata ikiwa ya inayofuata siku hisia kuvutia

- Fanya si angalia kwa hisia uzoefu—tazama kwa mpangilio
- Jarida pekee nini ni muhimu; utiifu mambo muhimu zaidi kuliko ufahamu

Hii kitabu kazi bora zaidi wakati soma **na kujizuia** .

C. Wakati kwa Sitisha

Kama a siku hufichua upinzani, kusadiki, au uchovu:

- Kaa na hiyo siku kwa a ziada 24–48 saa
- Mazoezi ya kitendo tena
- Fanya si kukimbilia mabadiliko

Kiroho uundaji ni si mstari.

2. KUTUMIA HII KITABU NDANI A KIKUNDI MIPANGILIO

Hii kitabu ni makusudi imeandikwa kwa kazi katika **ndogo vikundi, duru za ufuasi, vikundi vya uongozi, na timu za huduma** .

A. Bora Kundi Ukubwa

- **4–8 watu** ni bora zaidi
- Chache zaidi kuliko 4 mipaka shahidi
- Zaidi kuliko 10 mipaka uaminifu

Hii ni a **uundaji nafasi** , si a darasani.

B. Kila wiki Kundi Mdundo (Inapendekezwa)

Badala yake kuliko mkutano kila siku, vikundi inapaswa hoja katika a **kila wiki kasi** . **Imependekezwa muundo:**

- 5 ibada siku mmoja mmoja (Siku 1–5)
- 1 kikundi mkutano kwa mchakato
- 1 pumzika au kusubiri siku

Hii inaruhusu utiifu kwa kuwa mazoezi faragha na kusindika kwa ushirika.

C. Kundi Mkutano Muundo (60–90 Dakika)

1. Ufunguzi Utulivu (5) dakika)

Hakuna masasisho. Hakuna majadiliano. Nyamazisha chumba tu.

2. Imeshirikiwa Tafakari (30) dakika)

Kila moja mtu majibu pekee:

- *Nini kupinga mimi hii wiki?*
- *Nini alifanya Mungu uso?*

Hapana kurekebisha. Hapana kufundisha.

3. Maandiko na Utambuzi (20 dakika)

Soma ya ufunguo maandiko
matakatifu kwa sauti kubwa polepole.
Uliza:

- *Nini matunda ni kutengeneza?*
- *Nini mpangilio ni Mungu kuuliza kwa ajili ya?*

4. Maombi na Tamko (Dakika 15)

Omba kwa utiifu, si faraja. Sema ya
matamko pamoja.

D. Kundi Sheria (Sana Muhimu)

Kwa hii kitabu kwa kazi katika vikundi, ya wanaofuata lazima kuwa kukubaliwa juu ya:

- Hapana kurekebisha moja mwingine
- Hapana kufundisha isipokuwa kama umealikwa
- Hapana ushauri isipokuwa ombi
- Hapana kushiriki nje ya kikundi
- Hapana kiroho ulinganisho

Hii ni a **salama uundaji mazingira** , si a mjadala jukwaa.

3. KUTUMIA HII KITABU KWA UONGOZI na Uanafunzi

Hii ibada ni hasa ufanisi kwa:

- Kanisa uongozi timu
- Wizara wanafunzi wa ndani
- Kuibuka viongozi
- Mkomavu waumini kuingia mpya uwajibikaji

A. Uongozi Msisitizo

Viongozi inapaswa lipa maalum umakini kwa:

- Siku imewashwa mamlaka, ukimya, uvumilivu, na utendaji
- Matukio hiyo onyesha sauti, udhibiti, na mwonekano
- Vitendo hiyo hitaji kizuizi badala yake kuliko mpango

Hii kitabu fomu **mhusika kabla uwezo** .

B. Mwezeshaji Jukumu

Kama wewe ni kuongoza wengine kupitia hii kitabu:

- Fanya si tawala majadiliano
- Mfano udhaifu bila kushiriki kupita kiasi
- Ruhusu ukimya
- Linda ya kasi

Yako jukumu ni **mlezi ya ya mazingira** , si ya mtaalamu.

4. NINI HII KITABU IS — NA IS SIYO

Hii Kitabu Je, ni:

- A uundaji safari
- A ufuasi zana
- A kioo kwa utiifu
- A uagizaji rasilimali

Hii Kitabu Je, Sio:

- A theolojia kitabu cha kiada
- A motisha ibada
- A kusoma kwa haraka programu
- A inayoendeshwa na utu utafiti

Ni ni iliyoundwa kwa **kuondoka alama** , si hisia.

5. A MWISHO NENO KWA WASOMAJI

Kama wewe tembea kupitia hii kitabu peke yake au na wengine, jukumu ni lile lile:

Wewe ni si aliuliza kwa penda ukweli.

Wewe ni aliuliza kwa **kuwa inayosomeka** . Soma polepole.
Tii kimya
kimya. Ishi
waziwazi.
Ya ulimwengu ni kusoma.

ST. AUGUSTINE YA KIHINDI (354–430 AD) - A Maisha Mungu Imekataliwa kwa Ondoka Peke yake

THE KAMILI JINA YA ST. Augustine ya Kiboko ilikuwa **Aurelius Augustinus** (kwa Kilatini) au **Aurelius Augustine** . Yeye ni maarufu inayojulikana kama Augustine ya Kiboko (Kilatini: *Aurelius Augustinus Hipponensis*), kuwa na kuhudumiwa kama ya askofu ya Hippo Regius huko Afrika Kaskazini kuanzia mwaka 396 hadi 430 BK.

- **Kuzaliwa Jina:** Aurelius Augustinus.
- **Umuhimu:** Baba wa Kanisa Mlatini, mwanafalsafa, na daktari wa Kanisa Katoliki.
- **Muktadha:** Yeye ni kutambuliwa kwa yake michango kwa Ukristo wa Magharibi na falsafa, na maarufu kazi ikijumuisha *Maungamo* na *Jiji la Mungu* .

SURA MOJA

MTOTO ASIYETUA, MAMA ANAYEOMBA, NA MUNGU ALIYETUANGALIA

He ingekuwa baadaye kuwa moja ya ya zaidi wenye ushawishi Wakristo WHO aliyewahi kuishi.

Lakini katika ya mwanzo, **hakuna kitu kuhusu Augustine iliyopendekezwa** Alikuwa mwerevu kabla ya kuwa **mnyenyekevu** .

Alikuwa na hamu ya kujua kabla ya kuwa mtiifu . ndefu kabla yeye ilikuwa kukombolewa.

Augustine alizaliwa mwaka wa 354 BK, katika mji mdogo wa Afrika Kaskazini unaoitwa Thagaste, katika nini ni sasa kisasa Aljeria. Yeye imeingia ya ulimwengu si kama mtakatifu, bali kama utata—aliyelelewa katika nyumba iliyogawanyika kwa imani, iliyoumbwa na a mama WHO aliomba bila kuchoka, na kuathiriwa na a baba WHO tamaa iliyopendwa zaidi kuliko utakatifu.

Kutoka yake mapema zaidi siku, Augustine moyo imeegemea kuelekea *kutaka zaidi* - zaidi raha, zaidi maarifa, zaidi utambuzi, zaidi uhuru. Hata hivyo kama a mtoto, kitu kingine ilikuwa sasa: a kina, isiyo na jina kutoridhika kulikomfuata kila mahali.

Baadaye angekiri kwamba Tatizo halikuwa kutokumjua Mungu, lakini **kupotoshwa upendo** .

Lakini vipi hufanya a mtoto jifunze nini kwa mapenzi?

Na WHO ni umbo yetu matamanio kabla sisi ni hata ufahamu ya Hizi ? maswali ingekuwa kimbilio Augustine maisha.

A NYUMBA IMEGAWANYWA

AUGUSTINE ALIKUA CHINI YA UTUNZAJI MKUBWA WA MAMA YAKE, Monica—a Mkristo mwanamke ambaye imani ilikuwa si kimya, heshima, au Privat. Aliomba na machozi. Yeye aliamini na uvumilivu. Yeye kuaminiwa Mungu kwa yake mwana hata wakati yake chaguo ilionekana kwa kinyume kila matumaini yeye uliofanyika.

Baba yake, Patrikio, alikuwa mpagani—mwenye tamaa, mwenye kuongozwa na jamii, na mwenye kujali zaidi na Augustine siku zijazo mafanikio kuliko yake siku zijazo nafsi. Yeye alisherehekea akili ya Augustine na kuota kuhusu ukuaji wake katika jamii, lakini hakuonyesha kujali sana kwa ya uundaji ya yake mhusika.

Mbili sauti umbo ya vijana Augustine:

- Moja kupiga simu yeye juu katika imani
- Ya nyingine kusukuma yeye nje kuelekea mafanikio

Kati yao alisimama mvulana akijifunza mapema kwamba **akili inaweza kukua haraka kuliko hekima** , na kwamba upendo kwa Mungu unaweza kuwepo bila utii kwa Mungu.

Ambayo sauti fanya sisi sikiliza kwa wakati zote mbili ahadi a wakati ujao?

A Mkali AKILI NA A LEGEVU MOYO

AUGUSTINE ALIFURAHIA shuleni. Maneno yalimjia kwa urahisi. Mabishano yalifurahi sana yeye. Sifa kulishwa yeye. Hata kama a mtoto, yeye imegunduliwa hiyo akili inaweza kupata sifa—na sifa inaweza kufunika utupu.

Hata hivyo kando yake kitaaluma mafanikio mbio a kukua hamu ya kula kwa Augustine alijifunza mapema jinsi ya kuchukua alichotaka kwa sababu tu alikitaka . Mojawapo ya maungamo yake ya kwanza—ya kweli ya kushangaza—hayakuwa kuhusu ujinga, bali kuhusu *kufurahia makosa* kwa ajili yake mwenyewe.

Aliwahi kuiba matunda—si kwa sababu alikuwa na njaa, bali kwa sababu ilikuwa imekatazwa.

Kwa nini hufanya ya binadamu moyo hamu nini hiyo

anajua ni vibaya? Kwa nini? hufanya raha mara nyingi hisia zaidi kushawishi kuliko Ukweli? Haya si maswali ya kale.

Wao ni binadamu zile.

A MUNGU WHO ILIKUWA WASILISHA LAKINI HAIKARIBISHWI

AUGUSTINE ALIKUWA Mkristo mapema. Alilijua jina hilo ya Kristo. Yeye kuheshimiwa Maandiko. Yeye hata kupendwa Mkristo maadili kutoka umbali. Lakini pongezi alifanya si tafsiri ndani kujisalimisha.

Alitaka ukweli—lakini si mamlaka .

alitaka maana—lakini si Alimtaka

Mungu—lakini bado.

Kwa hivyo Mungu alisubiri.

Au badala yake—Mungu alitazama.

Na nyuma ya kila chaguo ambalo Augustine alifanya, kulikuwa na maombi mama, a mgonjwa Mungu, na a kukua kutotulia hiyo hapana mafanikio angeweza kunyamaza.

MASWALI HIYO WILL SIYO NENDA MBALI

MAISHA YA AUGUSTINE YALIPOFUATA, maswali fulani yalianza kumfuata—maswali ambayo yangeunda safari yake na hatimaye kuunda Kanisa:

- Kwa nini fanya sisi kujua nini ni kulia bado chagua nini ni vibaya?
- Kifaa imani kuwepo bila utii?
- Je, hamu ya adui, au ni hiyo kwa urahisi kupotoshwa?
- Kwa nini hufanya Mungu ruhusu kuchelewa katika uongofu?
- Kifaa akili kuwa a kizuizi kwa kujisalimisha?
- Je, Mungu fuatilia sisi hata wakati sisi pinga Yeye?
- Nini hutokea wakati ukweli kukabiliana raha?

Hizi maswali mapenzi si kuwa akajibu yote katika mara moja.

Yatajibiwa **siku baada ya siku** , kupitia kushindwa kwa Augustine, maungamo yake, yake kugeuka pointi, na yake hatimaye kujisalimisha—kuvuka ya Safari ya siku 40 inayofuata.

A MAISHA CHINI YA UCHUNGUZI

AT HII JUKWAA YA YAKE maisha, Augustine alifanya si fikiria mwenyewe waliopotea.

Lakini mbinguni alikuwa na tayari alama yeye.

Yeye ingekuwa baadaye andika hiyo Mungu ilikuwa karibu zaidi kwa yeye kuliko yeye ilikuwa kwake mwenyewe—akiwapo hata wakati kupuuzwa mwaminifu hata wakati walipinga.

Hadithi ya Augustine haianzi na uongofu. Inaanza na **kufuatilia** .

Na hiyo kufuatilia ina tayari imeanza.

MASWALI KWA BEBA MBELE

DO SIYO JIBU HIZI bado. Acha wao kukaa:

- Nini sauti umbo yako mapema zaidi tamaa?
- Wapi alifanya akili au talanta udhuru kutotii?
- Nini ina Mungu imekuwa mgonjwa na katika yako maisha?
- Je, yako moyo na ikiwa hivyo, kwa nini?

Hizi maswali mapenzi kukutana yao majibu kama ya safari hujitokeza.

SURA MBILI

UTONGOZI WA MAFANIKIO NA ELIMU YA TAMAA

A Augustine kujifunza mapema hiyo **mafanikio inaweza hisia kama wokovu** . Kama yeye ilikua, yake uzuri ikawa isiyopingika. Walimu kusifiwa Wenzake walimwonea wivu. Fursa zilifunguka mbele yake. Katika ulimwengu ambapo maendeleo tegemezi imewashwa matamshi na ushawishi, Augustine zawadi na maneno yalimtofautisha.

Na na kila mafanikio alikuja kuimarisha:

Wewe ni kipekee. Wewe ni hatima kwa zaidi.

Lakini zaidi ya *nini* ?

Hiyo swali ilikuwa kamwe aliuliza kwa sauti—kwa sababu mafanikio hufanya si kualika mahojiano. Huwapa thawabu kasi.

TAMAA AS A MBADALA KWA KUPIGA SIMU

ELIMU YA AUGUSTINE ilimpeleka mbali na mji wake wa asili hadi miji mikubwa, katika viwanja vipana, na makofi ya sauti kubwa. Alistadi kusema kwa ufasaha, sanaa ya ushawishi, ya ufundi ya kuonekana mwenye busara. Yeye kujifunza vipi kwa hoja umati wa watu, jinsi ya kushinda hoja, vipi kwa sauti kushawishi—hata wakati ukweli ilikuwa kutokuwa na uhakika.

Kile ambacho hakujifunza ni jinsi ya kudhibiti
tamaa. Ulimwengu ulimpa thawabu kipaji
chake.

Moyo wake ulizawadia misukumo
yake. Na Mungu—akiwa bado
mvumilivu—aliangalia.

Je, hiyo inawezekana kwa a zawadi kwa mapema haraka

zaidi kuliko mhusika? Je, unaweza mafanikio kuwa a makazi kutoka kusadiki?
Augustine ingekuwa baadaye jibu hizi maswali kwa uchungu.

THE MTULIVU MAUMBILE YA A IMEGAWANYWA NAFSI

KATIKA MIAKA HII, maisha ya Augustine yaligawanyika katika sehemu mbili. Hadharani, yeye ilikuwa nidhamu, kupendwa, na kuahidi. Kwa faragha, yeye kujifurahisha matamanio hilo lilipingana na kila kitu alichodai kuthamini.

Yeye alifanya si tazama hii kama Unafiki. Aliona ni **jambo la kawaida** .

Baada ya yote, watu wengi waliishi hivi—walifanikiwa mchana, na walifurahia usiku. Nini muhimu, yeye aliamini, ilikuwa hatimaye nia. Moja siku yeye ingebadilika. Moja siku yeye ingekuwa kuwa bora zaidi. Moja siku yeye ingekuwa wasilisha kikamilifu kwa Mungu.

Tu si bado.

Kwa nini hufanya "Baadaye" hisia hivyo busara wakati utiifu hisia gharama kubwa? Kwa nini? fanya sisi dhani wakati mapenzi tengeneza kujisalimisha rahisi zaidi?

Augustine kuchelewa ilikuwa si uasi—ni ilikuwa mazungumzo.

A IMANI HIYO INAWEZA SUBIRI

AUGUSTINE ALIAMINIWA katika Mungu.

Alimheshimu Kristo .

kupendwa Maandiko.

Lakini imani bila utiifu huunda a udanganyifu ya usalama.

Baadaye alikiri kwamba aliogopa utakatifu kuliko kuogopa dhambi—sio kwa sababu yeye kutiliwa shaka Mungu wema, lakini kwa sababu yeye kutiliwa shaka yake nia yake ya kubadilika.

Yeye aliomba—lakini

Alisikiliza—lakini kwa kuchagua .

Aliahirisha utii—akiwa na uhakika kwamba bado alikuwa na udhibiti. Lakini udhibiti ni wa muda tu.

THE TAMAA HIYO IKAWA A MASTER

KADRI MAISHA YA AUGUSTINE YALIPOKUWA YAKIENDELEA,

ndivyo anavyozidi kujifurahisha. Tamaa, ambayo mara moja iliburudishwa, ilizidi kuwa ngumu. Kilichoanza kama chaguo polepole kikawa tabia. Kilichoanza kama uhuru kikazidi kuwa utegemezi.

Yeye mpendwa kwa undani—

lakini si Alijitolea kwa busara —

lakini si kikamilifu.

Yeye kutamaniwa kwa ukaribu—lakini kupinga uwajibikaji.

Tamaa iliahidi kuridhika.

Badala yake, hiyo imekaza

yake mshiko.

Ni lini raha huacha kututumikia na kuanza kututawala?

Tunawezaje kutofautisha mapenzi na uraibu?

Hizi walikuwa maswali Augustine inaweza si bado uso.

A MAMA WHO INGAWA SIYO STOP KUSALI

WOTE THE WAKATI, MONICA aliomba.

Aliomba kwa kukata tamaa . aliomba

kupitia aibu.

Yeye aliomba kupitia umma mafanikio na Privat kushindwa.

Alimtazama mwanawe akipanda hadhi na kushuka kwa tabia—na alikataa kuacha kuamini kwamba Mungu bado alikuwa akiandika.

Inamaanisha nini kumwombea mtu anayeonekana kufanikiwa lakini ana roho nzuri? kuelea?

Maombi hufanyaje kazi wakati hakuna mabadiliko

yanayoonekana? Monica hakujua majibu.

Yeye kuaminiwa ya Mwandishi.

A MAISHA KUSAHAU MBELE—NA KUSIMAMA KWA NDANI

KWA NJE, AUGUSTINE ilikuwa kusonga mbele.

Ndani, yeye ilikuwa kukwama.

Yake akili mbio mbele ya yake moyo. Yake sifa kupita kasi yake utiifu. Yake siku zijazo inaonekana angavu—lakini yake roho waliona inazidi kuongezeka hafifu.

Na chini ya kelele za mafanikio, wasiwasi ulirudi . kwa sauti

kubwa.

Kwa kuendelea.

A swali ilianza kwa uso—utulivu lakini asiyechoka:

Je, hii yote hapo ni?

MASWALI HIYO WILL UMBO THE SAFARI MBELE

DO SIYO KIMBIA KWA JIBU hizi:

- Kifaa tamaa kuishi pamoja na kujisalimisha?
- Katika nini nukta hufanya kuchelewa kuwa kutotii?
- Kwa nini Mungu huruhusu mafanikio kuendelea wakati moyo umeathirika?
- Je, hamu uovu, au kwa urahisi wasio na nidhamu?
- Jinsi gani ndefu mapenzi Mungu subiri kabla Yeye anaingilia kati?

Hizi maswali mapenzi fuata Augustine—na wao mapenzi fuata sisi—ndani inayofuata sura.

NINI IS KUJA INAYOFUATA

AUGUSTINE IS KUHUSU kwa kukutana:

- A imani mfumo hiyo hisia kiakili bora
- A falsafa hiyo ahadi uwazi bila toba
- A toleo ya imani hiyo huondoa ya usumbufu ya utiifu

Na yeye mapenzi kukumbatia hiyo.
Sio kwa sababu hiyo ni kweli—lakini kwa sababu hiyo ni rahisi.

MASWALI KWA BEBA MBELE

- Wapi ina mafanikio iliyofifia yako hisia ya dharura kuelekea Mungu?
- Nini utiifu kuwa na wewe kuahirishwa kwa sababu "Baadaye" unahisi salama zaidi?
- WHO ni kuomba kwa wewe—na ni wewe kusikiliza?

THE HADITHI INAENDELEA.

SURA TATU

A DINI HIYO IMESIFIWA AKILI NA MOYO ULIOTOA USIRUHUSU

A Augustine alifanya si kuacha Mungu.

Yeye **imefafanuliwa upya Yeye** .

Katika hatua ambayo tamaa haikuwa imeridhika na raha haikuwa imeleta, Augustine aligeukia mfumo wa imani ulioahidi kitu kinachovutia sana: *ukweli bila mabadiliko* .

Ni alifanya si mahitaji toba.

Haikukabiliana na tamaa.

Ni alifanya si simu kwa

Kujisalimisha. Ilisikika kama

ya busara.

Ni waliona busara.

Na hiyo kuruhusiwa yeye kwa kubaki

katika Kwa hivyo Augustine alikubali.

LINI IMANI INAWA A KUFICHA MAHALI

MFUMO AUGUSTINE alioutumia ulidai kuelezea tatizo la uovu katika a njia hiyo faraja binafsi uwajibikaji. Si sahihi ilikuwa hapana ndefu zaidi kitu cha kutubu—kilikuwa kitu cha kuelezea. Kushindwa hakukuwa tena kwa maadili—ilikuwa ni metafizikia.

Katika mfumo huu, Augustine bado angeweza kuzungumza kuhusu nuru na giza, ukweli na kosa, nzuri na uovu—bila kukabiliana yake mwenyewe mapenzi.

Ilimpa lugha bila ubwana. Ufahamu

bila utii.

Dini bila toba.
Kwa nini ni imani mifumo zaidi kuvutia wakati wao linda sisi kutoka mabadiliko?

Ni mara ngapi tunavutiwa na mawazo ambayo hayaguswi na tabia zetu?

Augustine alihisi faraja.

Lakini unafuu ni si ya sawa kama uhuru.

Akili Ubora BILA AMANI YA NDANI

KWA MUDA MMOJA, AUGUSTINE alihisi kuridhika. Aliamini amepata kitu *bora* kuliko imani rahisi ya utoto wake—kitu kilichosafishwa zaidi, chenye mantiki zaidi, na kilichoendelea zaidi.

Yeye kujadiliwa

Aliwafundisha wengine

kwa ujasiri .

Yeye waliona mwenye nuru.

Hata hivyo ndani, ya kutotulia aliendelea.

Ya imani yeye kukumbatiwa inaweza jibu maswali kuhusu ya ulimwengu, lakini hawakuweza kutuliza sauti ndani yake. Wangeweza kuelezea uovu, lakini wangeweza si ponya hamu. Wao inaweza eleza ukweli, lakini wao inaweza si kuzalisha mabadiliko.

Kwa nini uelewa haubadiliki kila wakati? Kwa

nini uwazi unaweza kuambatana na utumwa?

Augustine ilianza kwa hisia ya utata—lakini kupinga kutaja hiyo.

THE GHARAMA YA A IMANI HIYO MADAI HAKUNA KITU

IMEKWISHA MUDA, MIPASUO IMETOKEA.

Ya viongozi Augustine kupendwa inaweza si jibu ya zaidi maswali Aliuliza . Kujiamini kwao kulidhoofika chini ya uchunguzi. Maelezo yao yalisikika kuwa ya kuvutia lakini iliyoanguka wakati imebanwa.

Kilichomsumbua zaidi, mfumo ulioahidi ukombozi haukumfanya awe bure.

Yake tabia ilibaki.

Yake ndani mgogoro

Mapenzi yake

yaliyogawanyika yalibaki .

Na polepole, Augustine imetambuliwa kitu kusumbua:

hatimaye utailinda. hiyo inawezekana kwa dini kwa kuwa a kimbilio kwa kutotii?

Kifaa imani kuwa a njia ya kuepuka Mungu badala yake kuliko kukutana Yeye

A YA MAMA IMANI NA A YA MWANA UPINZANI

KATIKA KOTE HIZI MIAKA, Monica alitazama.

Yeye alifanya si mjadala yake ya mwana

falsafa. Yeye aliomba.

Yeye kulia juu yake kiburi.

Aliamini wakati wa Mungu.

Yeye ilikuwa alionya na kanisa viongozi si kwa hoja na yeye lakini kwa ruhusu Mungu afanye kazi. Na kwa hivyo alisubiri—akihuzunika, akitumaini, akiamini kwamba Mungu aliyeweka alama yake mwana ingekuwa si kuacha yeye kwa nusu-ukweli.

Nini hufanya imani angalia kama wakati majibu ni kuchelewa? Vipi? hufanya maombezi endelea wakati mabadiliko ni Monica aliamini kile ambacho Augustine hakuweza kukubali bado: Mungu hakutishiwa na njia za kupita.

THE POLEPOLE KUVUNJIKA YA UHAKIKA WA UONGO

HATIMAYE, THE IMANI mfumo Augustine kuaminiwa ilianza kwa Ahadi za ufahamu hazikutoshelezwa tena. Viongozi aliowapenda walikatishwa tamaa yeye. Ya maelezo hiyo mara moja kuvutiwa yeye waliona nyembamba.

Na kibaya zaidi—utupu ulirudi . kwa kiasi
kikubwa.
Kwa kuendelea.
Augustine alikuwa amezidi kimbilio
lake. Ukweli ulikuwa unaanza
kukaribia.

MASWALI HIYO ANZA KWA CHOMA

DO SIYO JIBU HIZI bado:

- Ni imani gani umezikubali kwa sababu zilidai mabadiliko madogo?
- Wapi ina maarifa imebadilishwa utii?
- Kuwa na wewe milele kutumika theolojia kwa kuhalalisha kuchelewa?
- Nini hutokea wakati ya mifumo sisi uaminifu anza kwa kushindwa?

Hizi maswali mapenzi si kuondoka Augustine peke yake.
Wao mapenzi kuendesha gari yeye kuelekea a mgongano yeye haiwezi epuka.

NINI IS KUJA INAYOFUATA

AUGUSTINE IS KUHUSU kwa kukutana:

- A umbo ya Ukristo hiyo hushirikisha ya akili bila msamaha moyo
- Walimu WHO kuchanganya unyenyekevu na akili
- A ukweli hiyo hapana ndefu zaidi inaruhusu yeye kwa ficha

nyuma hoja Na wakati ukweli inakuwa isiyoepukika, kitu lazima

kutoa.

MASWALI KWA BEBA MBELE

- Je, yako imani kukabiliana wewe—au kufariji wewe?
- Nini ingekuwa utiifu gharama wewe kulia sasa?
- Kama Mungu aliuliza kwa kila kitu, ingekuwa wewe kuchelewa—au mavuno?

THE SAFARI INAENDELEA.

SURA NNE

UKWELI UNAPOSELEA KARIBU NA MAPENZI YANAPINGA

By ya wakati Augustine kufikiwa hii msimu ya yake maisha, **ujinga ilikuwa si chaguo tena** .

Ya imani mifumo hiyo mara moja iliyolindwa yeye alikuwa na imeanguka. Ya kujiamini kwao inayotolewa alikuwa na imeharibika. Ya maelezo hiyo mara moja kuvutiwa yeye sasa Ilihisi utupu. Kilichobaki ni mtu aliyefichuliwa—mwenye akili, aliyefanikiwa, anayeheshimiwa, na mwenye migogoro ya ndani.

Ukweli ilikuwa hapana mbali zaidi .

Ni ilikuwa **karibu kutosha kwa mahitaji a**

Na ukaribu huo ulimsumbua .

LINI Udhuru POTEA YAO NGUVU

AUGUSTINE ALIKUWA ameamini kila mara kwamba upinzani unatokana na kutokuwa na uhakika. Ikiwa ukweli ungekuwa wazi vya kutosha, alidhani utii ungefuata kawaida.

Lakini sasa uwazi alikuwa na alifika—na utiifu alikuwa na sivyo.

Yeye imeeleweka Ukristo bora zaidi kuliko milele kabla. Yeye inaweza eleza kwa ufasaha madai yake . Yeye inaweza tetea yake mshikamano. Yeye inaweza hata penda yake uzuri.

Lakini pongezi haikuleta kujisalimisha. Kwa nini? hufanya uelewa kushindwa kwa hoja ya mapenzi?

Kwa nini ukweli unakuwa wa kutisha unapozidi kushawishika?

Augustine alikuwa akigundua jambo lenye uchungu:

ya kikwazo ilikuwa si ya akili—hiyo ilikuwa ya moyo.

THE DHARURA YA A IMEGAWANYWA WILL

NDANI YA AUGUSTINE, tamaa mbili zilipigana waziwazi. taka Mungu—utakatifu, ukamilifu, pumzika, ukweli. Udhibiti mwingine unaotamaniwa—raha, uzoefu, kuchelewa. Yeye alitaka uhuru, lakini si katika ya gharama ya mabadiliko.

Alitaka amani, lakini si kwa gharama ya nidhamu.

Alimtaka Mungu, lakini bado si kikamilifu.

Hii mgawanyiko nimechoka yeye.

Yeye baadaye ilivyoelezwa hiyo kama kuwa vunjwa katika kinyume maelekezo na wosia mbili—moja kupanda kuelekea Mungu, ya nyingine kushikilia kwa tabia.

Kwa nini roho hupinga kile inachojua kitaiponya?

Kwa nini utumwa wakati mwingine huhisi salama zaidi kuliko uhuru?

A IMANI HIYO SASA FELT HAIWEZEKANI KUEPUKA

UKRISTO HAUKUWA kumbukumbu ya utotoni tena au chaguo la kimaadili. Ulisimama mbele ya Augustine kama maono kamili ya uhalisia—yale yaliyoelezea sio ulimwengu tu, bali pia mgogoro wake wa ndani.

Iliita dhambi—sio kama ujinga, bali kama upendo usio na utaratibu . jina neema—sio kama taarifa, lakini kama nguvu.

Ni jina kujisalimisha—sio kama hasara, lakini kama maisha. Na hilo ndilo lilikuwa tatizo.

Ukristo alifanya si ruhusu Augustine kwa kubaki

Ilimtaka yeye wote.

THE MAOMBI HIYO IMEFUNULIWA KILA KITU

KATIKA moja ya nyakati za uaminifu zaidi maishani mwake, Augustine aliomba sala iliyofichua mvutano uliokuwa ndani yake.

Alimwomba Mungu usafi .

aliuliza Mungu kwa utakatifu.

Alimwomba Mungu abadilishwe.
Kisha akaongeza sharti.
Sio bado.
Hii ilikuwa si dhihaka.

Ni ilikuwa hofu.
Yeye aliamini Mungu inaweza mabadiliko yeye.
Yeye ilikuwa si hakika yeye alitaka kwa kuwa imebadilishwa.
Jinsi gani nyingi sala sauti takatifu lakini ficha kusitasita? Vipi ? mara nyingi fanya sisi uliza Mungu kwa kutenda—polepole, salama, baadaye? ya Augustine sala imefichuliwa nini kuchelewa kweli ni:
si mkanganyiko, lakini kusitasita.

YA MUNGU MKAKATI: SHINIKIZO BILA NGUVU

MUNGU ALIFANYA SIYO IBADILISHA Augustine mapenzi.
Badala yake, alizidisha mzozo wa ndani .
kutotulia ilikua kali zaidi.
Ya raha imechoka.
Ya visumbufu dhaifu.
Mungu imeondolewa ya faraja kutoka kuchelewa bila kuondoa Uhuru wa Augustine .
Kwa nini Mungu anaruhusu mvutano badala ya uokoaji wa haraka? Vipi ikiwa machafuko ni sehemu ya rehema Yake?
Augustine ilikuwa kuwa pembeni—sio na tishio, lakini na ukweli.

A MAISHA BILA KUFICHA MAHALI

KWA THE KWANZA MUDA, Augustine imetambuliwa yeye alikuwa na mahali popote kushoto kwa mapumziko.
Falsafa alikuwa na imeshindwa yeye.
Dini bila toba alikuwa na kukata tamaa Mafanikio hayakumridhisha.
Kuchelewa alikuwa na si kulindwa yeye.
Zote hiyo ilibaki ilikuwa a swali yeye inaweza hapana ndefu zaidi epuka:
Will wewe mavuno?
Sio hatimaye.
Sio siku moja.

Sasa.

Na Augustine alitetemeka.

MASWALI HIYO LAZIMA BE IMEBEBWA MBELE

DO SIYO SULUHU HIZI bado:

- Nini ukweli ni wewe kushawishika ya lakini bado kupinga?
- Wapi ina uwazi imeongezeka lakini ujasiri si kufuatwa?
- Nini ingekuwa kamili utiifu gharama wewe?
- Je, wewe kuchelewesha kwa sababu wewe shaka Mungu—au kwa sababu wewe mabadiliko ya hofu ?

Hizi maswali mapenzi si kuondoka Augustine peke yake.
Wao ni kuendesha gari yeye kuelekea a wakati hiyo mapenzi mapumziko ya mkwamo.

NINI IS KUJA INAYOFUATA

AUGUSTINE IS KUKARIBIA a mgogoro—sio ya imani, lakini ya mapenzi. Hivi karibuni:

- Ya ndani vita mapenzi fikia yake kilele
- Mungu mapenzi kukatiza yake upinzani
- Maandiko mapenzi kukabiliana yeye moja kwa moja
- A sauti mapenzi simu yeye kwa chagua

Ya inayofuata sura mapenzi alama **ya kuanguka ya kuchelewa** .

SURA TANO

CHUKUA NA USOME: UPINZANI ULIPOZIDI

Augustine alikuwa na kufikiwa ya mwisho ya kuchelewa. Sio kwa sababu yake maswali walikuwa akajibu, lakini kwa sababu yake visingizio walikuwa nimechoka.

Vita vilivyokuwa ndani yake vilikuwa haviwezi kuvumilika. Ukweli ulisukumwa kutoka upande mmoja. Tabia ilivutwa kutoka upande mwingine. Mapenzi yake yalivunjika kutokana na uzito wa kujua nini kwa fanya na kuwa hawezi kwa fanya hiyo.

Yeye alifanya si hisia

Alihisi kuwa shujaa.

Alijihisi **wazi** .

THE VITA NDANI THE NAFSI

AUGUSTINE ALIRUDI bustanini—sio kuomba kwa utulivu, bali kupigana vikali na nafsi yake. Hisia zake ziliongezeka. Mawazo yake yalikimbia. Moyo wake ulifunguka .

Alimtaka Mungu.

Yeye alitaka

mabadiliko.

Yeye alitaka uhuru.

Lakini aliogopa hasara.

Alilia—si machozi ya toba bado, bali machozi ya uchovu . ya mgawanyiko alikuwa na kufikiwa yake kikomo. Yeye inaweza hapana ndefu zaidi kujifanya hiyo kuchelewa kulikuwa hekima. Yeye inaweza hapana ndefu zaidi kujifanya hiyo upinzani ilikuwa usalama.

Kwa nini kujisalimisha huhisi kama kifo kabla ya kuhisi kama maisha? hufanya utiifu kutisha sisi wakati hiyo ahadi uponyaji?

Augustine alilia nje—sio na iliyosuguliwa sala, lakini na mbichi kukata tamaa.

THE MUDA MUNGU IMEKATISHWA

NDANI THE MIDST YA YAKE msukosuko, kitu isiyotarajiwa ilitokea.

Augustine kusikia a sauti.

Sio radi.

Sio
mafundisho.

Sio hoja.

A rahisi sauti—kama hiyo ya a wito wa mtoto nje mara kwa mara:

"Chukua na soma. Chukua na soma."

Katika kwanza, yeye kuganda.

Yeye inaweza si ukumbusho yoyote watoto kucheza karibu. Ya sauti alifanya si kujieleza. Haikubishana. Haikushawishi.

Ni amri.

Kwa nini wakati mwingine Mungu huzungumza bila
maelezo? Ni nini hutokea wakati ukweli haujadiliani
tena?

Augustine kusimamishwa kulia. Yeye alisimama. Yeye akaenda kwa wapi ya Maandiko yalikuwa imehifadhiwa.

LINI MAANDIKO INAWA A HUKUMU

Yeye IMEFUNGULIWA THE KITABU—SI bila mpangilio, lakini haraka.

Yake macho akaanguka juu ya maneno hiyo waliona kidogo kama maelekezo na zaidi kama hukumu—si hukumu, bali uwazi.

Ya kifungu alizungumza moja kwa moja kwa yake hali. Ni jina yake mapambano. Ilifichua yake kuchelewa. Ni kukabiliwa yake tabia. Ni inayotolewa hapana maelewano.

Na katika hiyo wakati, kitu ndani yeye imevunjika.

Sio polepole.

Sio kwa
adabu.

Kabisa.

Utavunjikaji ulianguka. Upinzani ulipoteza mshiko wake. Vita virefu viliisha—si kwa sababu Augustine hatimaye alipata nguvu, bali kwa sababu **neema ilishinda yake udhaifu** .

Nini hutokea wakati Neno la Mungu linapoacha kutoa taarifa na kuanza kubadilisha?

Kwa nini hufanya Maandiko mgomo kina kirefu zaidi wakati ya moyo ni taya kwa mavuno?

THE MWISHO YA "SIYO BADO"

AUGUSTINE ALIFANYA SIYO HISIA fataki.

Yeye waliona kutolewa.

Ya mvutano hiyo alikuwa na kuteswa yeye kufutwa. Ya minyororo yeye kuogopwa kwa Kupotea kulipotea. Utii aliouogopa uliwezekana—sio kupitia juhudi, bali kupitia kujisalimisha.

Yeye alifanya si hoja tena.

Yeye alifanya si kuchelewa
tena.

Yeye alifanya si kujadiliana tena.

Yeye alikubali.

Na katika kujisalimisha, alipata kile alichokuwa akikifuatilia
muda wote: Pumziko.

LINI NEEMA HATIMAYE HAS UPATIKANAJI

AUGUSTINE BAADAYE ALIELEZA wakati huu si kama hasara, bali kama mwangaza. Ni ilikuwa kama ingawa mwanga mafuriko a giza chumba—sio hatua kwa hatua, lakini papo hapo.

Yake matamanio
mpangilio mpya.

Mapenzi yake
yaliendana.

Yake moyo alipumzika.

Neema haikumsamehe tu, bali
ilimfanya awe **huru** .

Kwa nini neema inahitaji kujisalimisha kabla ya kuhisi kama
neema? Kwa nini Mungu anasubiri hadi mapenzi
yatimize?

Hizi majibu ingekuwa funua katika Augustine maisha—lakini ya uamuzi ilikuwa
mwisho.

MASWALI HIYO MARKO THE KUGEUKA POINTI

KUKAA NA HIZI:

- Nini ni Mungu kuuliza wewe kwa simama kuchelewesha?
- Nini "sio bado" ina kuwa kutotii?
- Nini ingekuwa kuanguka katika yako maisha ikiwa wewe alikubali kikamilifu
- Je, wewe tayari kwa kutii bila uelewa kila kitu?

Augustine alifanya si kuelewa kila kitu.
Yeye alitii.

NINI IS KUJA INAYOFUATA

UBADILIFU ILIKUWA SIYO ya mwisho ya Augustine safari.
Ni ilikuwa ya mwanzo ya:

- Kujinyima
- Umma utiifu
- Gharama kubwa unyenyekevu
- Maisha yote uundaji

Ya inayofuata sura mapenzi onyesho sisi nini hutokea **baada ya kujisalimisha**, wakati neema huanza kwa umbo jipya a maisha katika umma mtazamo.

SURA SITA

KUZIKWA NA KUFUFULIWA: UTII BAADA YA MGOGORO

S kujisalimisha kumalizika ya vita.

Lakini hiyo ilianza ya kazi.

Augustine hakuamka asubuhi iliyofuata akiwa mtu aliyekamilika. Grace alikuwa ameagiza upya yake moyo, lakini yake maisha bado inahitajika kwa kuwa imerekebishwa. Ya minyororo alikuwa ameanguka, bado ya tabia alikuwa na kwa kuwa wasio na elimu. Ya mapenzi alikuwa na alikubali, lakini utii sasa ulipaswa kuishi.

Uongofu ilikuwa si a hisia kilele—ni ilikuwa a **mwelekeo mabadiliko** .

THE MTULIVU BAADA THE DHORUBA

BAADA YA MGOGORO KATIKA bustani, Augustine alipitia jambo ambalo hakulijua: ukimya. Sio utupu, lakini amani. Sio mkanganyiko, lakini uwazi. Sauti hiyo alikuwa na mara moja hoja ndani yeye hapana ndefu zaidi walishindana.

Hii utulivu ilikuwa si

Ilikuwa imetiwa nanga .

Hata hivyo amani alifanya si kufuta uwajibikaji.

Kwa nini Mungu hutoa uhakikisho kabla ya mgawo?

Kwa nini pumziko huja kabla ya kupanga upya?

Augustine angegundua hivi karibuni kwamba neema haiharakishi mabadiliko — inayaweka **mizizi** .

KUKATALIWA KABLA Sifa

MOJA YA YA AUGUSTINE kwanza vitendo ya utiifu ilikuwa si umma kuhubiri, lakini kujikana kibinafsi. Aliachana na matamanio ambayo hapo awali yalikuwa yamebainishwa yeye. Yeye iliyolegea yake mshiko imewashwa mahusiano hiyo inaweza si kuishi pamoja na utii wake mpya.

Haya hayakuwa maamuzi madogo. Yalikuwa ya gharama kubwa, yasiyoweza kurekebishwa, na yasiyoeleweka.

Yeye alifanya si kuhalalisha

Yeye mwenyewe. alifanya si

eleza Yeye mwenyewe.

alitii.

Utii unaonekanaje wakati hakuna mtu anayepiga

makofi? fanya sisi acha nenda ya hatima sisi mara

moja imepangwa?

Augustine chagua uaminifu juu kufahamiana.

ALIZIKWA NA IMEKULIWA

UBATIZO INAFUATILIWA—SIYO kama ibada, lakini kama tamko. Ni alama umma mazishi ya ya zamani maisha na ya kuibuka ya a mpya moja.

Augustine alifanya si tiba ubatizo kama ishara peke yake. Yeye imeeleweka hi kama ushiriki—kifo pamoja na Kristo, uzima katika Kristo, na uwajibikaji kwa Kristo.

Yeye ilikuwa hapana ndefu zaidi yake mwenyewe.

Kwa nini hufanya utiifu mara nyingi hitaji umma shahidi?

Nini hutokea wakati imani hatua kutoka Privat imani kwa kujitolea kunakoonekana ?

Ubatizo wa Augustine haukukamilisha mabadiliko yake .

wazi hiyo kwa ya dunia .

A MPYA UHUSIANO NA TAMAA

NEEMA HAIKUWA IMEFUTA uwezo wa Augustine wa kutamani. Ilikuwa imeelekeza hiyo.

Pale ambapo tamaa ilimtawala hapo awali, sasa ilitumikia upendo wa hali ya juu zaidi. Pale ambapo raha ilitawala, kusudi liliibuka. Pale ambapo tabia ilidhibitiwa, nidhamu ilianza kujitokeza.

Huu haukuwa ukamilifu wa
papo hapo. Ulikuwa ni upendo
uliopangwa upya.

Kwa nini hufanya Mungu badilisha hamu badala yake kuliko kuharibu je, ni?

Vipi kama utakatifu si kutokuwepo kwa hamu, bali ni mpangilio sahihi wa upendo?

Hizi maswali ingekuwa fafanua Augustine theolojia—na yake maisha.

UTII BILA A Ramani ya Barabara

AUGUSTINE ALIFANYA SIYO BADO kujua nini yake siku zijazo uliofanyika. Yeye alifanya si alijua angekuwa askofu, mwanatheolojia, mwalimu kwa vizazi vingi. Alijua tu kwamba yeye ni wa Mungu.

Na hiyo ilikuwa vya kutosha.

Kwa nini hufanya Mungu kufichua mwelekeo pekee baada ya kujisalimisha?

Kwa nini uwazi mara nyingi hufuata utii badala ya kuutangulia?

Augustine alijifunza kile ambacho wanafunzi wote lazima
wajifunze:
utiifu huja kwanza; uelewa ifuatavyo.

MASWALI KWA THE SAFARI MBELE

DO SIYO KIMBIA HIZI:

- Nini ina neema huru wewe kutoka hiyo bado inahitaji nidhamu?
- Nini matamanio lazima kuwa kukataliwa kwa fuata Kristo kikamilifu?
- Wapi ni Mungu kupiga simu kwa umma utii?
- Je, wewe tayari kwa kutii bila kujua ya matokeo?

Hizi maswali mapenzi kuibuka upya kote ya Siku 40 safari.

NINI IS KUJA INAYOFUATA

MAISHA YA AUGUSTINE YANAkaribia kubadilika kutoka malezi ya kibinafsi hadi uwajibikaji wa umma.

Ya inayofuata sura mapenzi funua:

- A simu Augustine alifanya si tafuta
- Mamlaka yeye alifanya si hamu
- A jukumu hiyo inahitajika unyenyekevu, si tamaa

Neema mapenzi sasa umbo yeye si tu kama a mwamini, lakini kama a **mtumishi ya wengine** .

SURA SABA

ALIITWA BILA KUOMBA: WAKATI MUNGU HUVUTIA YETU MIPANGO

Augustine alifanya si uliza kwa risasi.

Alikuwa amejitolea maisha yake, si kujitolea kwa ajili ya umaarufu. Alitamani kimya utiifu, si umma uwajibikaji. Baada ya miaka ya tamaa, alitamani kwa kujificha—kwa kujifunza, kwa nidhamu, kwa a imani mazoezi mbali na makofi.

Lakini Mungu alikuwa na nyingine mipango.

Na wao imefika bila ushauri.

LINI MUNGU WITO NINI SISI ALIFANYA SIYO OFA

AUGUSTINE ILIYOKUSUDIWA kwa moja kwa moja a maisha ya mwenye mawazo kujitolea. Yeye Alitafuta jumuiya, Maandiko, maombi, na tafakari yenye nidhamu. Aliridhika kukua polepole, faraghani, na kwa uaminifu.

Kisha ya Kanisa niliona Sio uzuri

wake wa zamani .

Sio yake tamaa ya zamani .

Lakini ya uzito ya neema sasa kupumzika imewashwa yeye.

Katika mkusanyiko wa waumini, wakiwa wamezungukwa na matarajio na mahitaji, Augustine aliitwa hadharani katika huduma. Wito ulikuwa wa ghafla. Wakati huo ulikuwa wa kustaajabisha. Ya uwajibikaji ilikuwa isiyoepukika.

Kwa nini hufanya Mungu mara nyingi simu sisi wapi sisi hisia

angalau tayari? Kwa nini? hufanya Yeye amini mamlaka kwa

hizo WHO fanya si tafuta Augustine ? kupinga—sio nje ya

uasi, lakini nje ya hofu.

THE UNYENYEKEVU HIYO HUJA BAADA KUJITOA

HII KUPIGA SIMU ALIFANYA SIYO tambarare Augustine.

Ni hofu yeye.

Yeye kulia waziwazi—sio kutoka uongo unyenyekevu, lakini kutoka a kina ufahamu udhaifu. Alielewa kile uongozi ulichohitaji. Alijua gharama ya kuongoza roho wakati ya mtu mwenyewe roho alikuwa na pekee hivi karibuni imekuwa amepona.

Hata hivyo ya simu ilibaki.

Mungu hakuwa akimwomba Augustine ategemee
nguvu zake, bali alikuwa akimwomba ategemee
neema.

Nini ikiwa kusitasita ni si a kutostahiki, lakini maandalizi?

Nini ikiwa hofu hufunua uzito badala yake kuliko
kushindwa?

A MPYA FADHILI YA MAMLAKA

YA AUGUSTINE MAMLAKA alifanya si njoo kutoka kujiamini.

Ni alikuja kutoka ungamo.

Hakuongoza kama mtu aliyeshinda majaribu, bali kama mtu aliyeshinda imekuwa kuokolewa kutoka hiyo. Yeye alifanya si fundisha kama moja hapo juu mapambano, lakini kama mtu aliyeifahamu.

Yake iliyopita—mara moja a chanzo ya aibu—ikawa a zana ya
huduma. Kwa nini hufanya Mungu kutumia tena nini sisi
hamu Yeye ingekuwa kufuta?

Jinsi gani hufanya neema badilisha majeraha ndani hekima?

Augustine kujifunza hiyo uongozi katika Kristo ufalme ni si mwinuko—ni kuwemo hatarini.

THE KIFO YA KUJIELEKEA

KUKUBALI THE PIGA SIMU maana kujisalimisha udhibiti tena.

Augustine wakati ilikuwa hapana ndefu zaidi yake mwenyewe. Yake maneno kubeba uzito. Yake maisha yakawa inayoonekana. Yake utiifu sasa walioathiriwa wengine.

Huu haukuwa uhuru aliokuwa akiufikiria
hapo awali. Ulikuwa wa kina zaidi.

Ni nini hutokea wakati utiifu wetu unapoanza kuunda maisha ya wengine? sisi tayari kwa kuwa kuwajibika kwa ya matunda sisi dubu?

Neema alikuwa na si pekee imehifadhiwa Augustine—ni alikuwa na waliosajiliwa yeye.

THE GHARAMA YA KUWA SOMA KWA WOTE

AS AUGUSTINE IMEPIGWA HATUA ndani umma huduma, yeye ikawa nini Maandiko yanaelezea: a kuishi barua, inayojulikana na soma na yote.

Mwenendo wake
ulikuwa muhimu.
Mafundisho yake
yalikuwa muhimu . toba
muhimu.

Hapo ilikuwa hapana kurudi kwa kutokujulikana.

Kwa nini hufanya Mungu onyesha nini Yeye hukomboa?

Kwa nini hufanya uongozi hitaji mwonekano badala yake kuliko faragha?

Augustine ilianza kwa kuelewa hiyo Mungu anaandika Yake wazi zaidi ujumbe juu ya kujisalimisha maisha.

MASWALI KWA THE BARABARA MBELE

SIT NA HIZI:

- Wapi huenda Mungu kuwa kupiga simu wewe zaidi ya yako faraja?
- Nini majukumu kuwa na wewe kupinga kwa sababu ya hofu?
- Je, wewe tayari kwa kuhudumia wapi wewe alifanya si mpango?

- Jinsi gani huenda yako yaliyopita kuwa a jukwaa kwa neema?

Hizi maswali mapenzi ongeza kina kama Augustine ushawishi hukua.

NINI IS KUJA INAYOFUATA

YA AUGUSTINE MAISHA IS kuhusu kwa panua zaidi ya wa ndani huduma ndani ushawishi wa kudumu .

Ya inayofuata sura mapenzi chunguza:

- Ya uzito ya kiroho mamlaka
- Ya hatari ya kiburi baada ya kupiga simu
- Ya nidhamu inahitajika kwa kubaki mnyenyekevu wakati wenye ushawishi

Neema mapenzi sasa umbo Augustine si pekee kama a mtumishi—lakini kama a **mchungaji** .

SURA NANE

THE UZITO YA USHAWISHI NA NIDHAMU YA UNYENYEKEVU

Iushawishi imefika kimya kimya.

Hapo walikuwa hapana tarumbeta.

Hapana umaarufu wa ghafla .

Hapana tamthilia mwinuko.

Lakini Augustine waliona ya zamu.

Watu walisikiliza tofauti sasa. Walimtazama kwa makini zaidi. Walirudia maneno yake. Walitafuta ushauri wake. Imani zake za kibinafsi zilikuwa zikizidi kuwa sehemu za marejeleo ya umma.

Neema alikuwa na kuwekwa uzito imewashwa yake maisha.

Na uzito, ikiwa si kubeba kwa usahihi, kopo kupendwa nini hiyo huinua.

LINI USHAWISHI MAJARIBIO THE NAFSI

AUGUSTINE IMEELEWEKA kitu nyingi kamwe jifunze hadi hiyo ni kuchelewa sana: ushawishi ni si a thawabu—hiyo ni a uwajibikaji.

Alikuwa amewahi kutafuta kutambuliwa. Sasa kutambuliwa kunamfuata. Na hatari ilikuwa hila. Kiburi hufanya si daima tangaza yenyewe kwa sauti kubwa. Wakati mwingine inafika ikiwa imejificha kama manufaa.

Watu walisifu ufahamu

wake. Walivutiwa na uwazi

wake . imeegemea imewashwa

yake uongozi.

Na Augustine waliona ya majaribu—sio kwa dhambi waziwazi, lakini kwa uaminifu mwenyewe kimya kimya.

Kwa nini ni kiburi zaidi hatari baada ya kujisalimisha?

Jinsi gani hufanya manufaa kuwa a ufugaji ardhi kwa kujitegemea ?

Augustine alikuwa amejifunza gharama ya kujifurahisha. Sasa yeye alikuwa na kwa jifunze ya gharama ya pongezi.

THE KILA SIKU KAZI YA KUKAA CHINI

AUGUSTINE HAKUFIKIRIA kwamba tendo moja la kujisalimisha lilihakikisha maisha yote unyenyekevu. Yeye imeeleweka ya binadamu moyo pia vizuri kwa hiyo.

Kwa hivyo alifanya mazoezi ya nidhamu. Si kama adhabu.

Kama ulinzi.

Alirudi kila siku kwenye maombi—sio kuandaa mahubiri, bali kuendelea kuwa tegemezi. Alisoma Maandiko—sio ili kuwavutia wasikilizaji, bali ili kujifunua. Alikiri udhaifu wake—sio ili aonekane mnyenyekevu, bali ili abaki mwaminifu.

Kwa nini hufanya kiroho ukuaji hitaji marudio badala yake kuliko

Kwa nini unyenyekevu lazima utekelezwe badala ya kudhaniwa ?

Augustine alichagua kufichwa kwa makusudi mbele za Mungu ili aweze kusimama mbele ya watu.

KUFUNDISHA KUTOKA MAKOVU, SIYO VIWANGO VYA KUTEGA

NINI SETI AUGUSTINE mbali ilikuwa si yake uzuri, lakini yake uaminifu.

Hakufundisha kama mtu aliye juu ya majaribu. Alifundisha kama mtu aliyeokolewa kutoka kwayo.

Yake yaliyopita alifanya si kukataa yeye—ni nidhamu yeye. Yeye kukumbukwa Alikumbuka kwa uchungu sana gharama ya kuchelewa.

Kwa hivyo alifundisha neema kwa mvuto. Ukweli kwa upole.

Marekebisho na huruma.

nini Mungu huwakabidhi mamlaka wale wanaokumbuka kuvunjika kwao?

hufanya kumbukumbu kuwa a ulinzi dhidi ya kiburi?

Augustine makovu ikawa mipaka.

LINI THE KANISA INAWA A KIOO

UONGOZI ULIONESHWA Augustine si tu kwa kupongezwa, bali pia kwa kukosolewa. Maneno yake yalipimwa. Matendo yake yalitafsiriwa. Nia zake zilihojiwa.

Hii mwonekano iliyosafishwa yeye.
Hakuweza tena kuishi maisha ya
kawaida . inaweza hapana ndefu
zaidi zungumza Hakuweza tena
kujificha faraghani .
Na badala ya kuchukizwa na shinikizo hili, Augustine alilikubali kama huruma . hufanya Mungu ruhusu viongozi kwa kuwa kuonekana hivyo waziwazi?
Nini ikiwa uwajibikaji ni neema katika kujificha?
Augustine kujifunza hiyo Mungu mara nyingi hifadhi unyenyekevu na kukataa faragha.

THE NDEFU KAZI YA KUWA IMEUMBULIWA WAKATI WA KUUNDA NYINGINE

AUGUSTINE ALIPOKUWA AKIWACHUNGA wengine, aligundua kitendawili: kufundisha ukweli imezama zaidi yake hitaji kwa hiyo. Uongozi wengine ndani utiifu imefichuliwa maeneo ambayo bado alihitaji neema.

Yeye ilikuwa si
Alimaliza. Alikuwa
akitumiwa.
Na kutumika hakumaanishi kuwa kamili. Kwa
nini? hufanya Mungu simu sisi kwa kuhudumia kabla
sisi hisia tayari?
Kwa nini malezi yanaendelea hata ushawishi
unapoongezeka? Augustine alijifunza kuongoza kama
mwanafunzi.

MASWALI HIYO UMBO THE MIAKA MBELE

BEBA HIZI MBELE:

- Jinsi gani fanya wewe mlinzi unyenyekevu wakati Mungu ongezeko yako ushawishi?
- Nini taaluma linda yako utegemezi imewashwa Mungu?
- Je, wewe tayari kwa kuwa inayojulikana kama vizuri kama imetumika?
- Fanya wewe kurudi kwa Mungu kama kwa undani kama wengine njoo kwa wewe?

Hizi maswali mapenzi fafanua Augustine iliyobaki safari.

NINI IS KUJA INAYOFUATA

YA AUGUSTINE USHAWISHI ni kuhusu kwa kupanua zaidi ya yake jamii ya karibu .

Ya inayofuata sura mapenzi chunguza:

- Ya mzigo ya mafundisho uwajibikaji
- Ya changamoto ya kulinda ukweli na mapenzi
- Ya gharama ya kusimama imara bila kuwa mkali

Neema mapenzi sasa umbo Augustine kama a **mlinzi ya ukweli na a mchungaji ya roho** .

SURA TISA

KULINDA IMANI BILA KUPOTEZA THE MOYO

Truth ina uzito.

Mara tu Augustine alipoingia katika ushawishi, aligundua kwamba ukweli haukuwa tu kitu cha kuishi—ulikuwa kitu cha **kulinda** . Mawazo yalikuwa muhimu. Kufundisha umbo roho. Hitilafu alifanya si kubaki kinadharia; hiyo zinazozalishwa matunda katika hali halisi maisha.

Na si yote matunda ilikuwa nzuri.

LINI KOSA MADAI JIBU

AUGUSTINE ALIYEISHI NDANI a wakati wakati kushindana mafundisho kuenea haraka, kwa ujasiri, na kwa ushawishi. Baadhi yalionekana kuwa ya kiroho. Baadhi yalionekana kuwa ya huruma. Baadhi yalionekana kuwa bora kiakili. Nyingi zilikopa lugha ya Kikristo huku zikiondoa nguvu zake.

Ukimya ilikuwa si a chaguo.

Kwa kubaki kimya ingekuwa kuwa na imekuwa rahisi zaidi. Kwa kubaki kukubalika ingekuwa kuwa na imekuwa salama zaidi.

Lakini upendo kwa watu ulihitaji uwazi, si faraja. Kwa nini? hufanya ukweli hatimaye hitaji Mzozo? Ni lini uvumilivu unakuwa kupuuzwa?

Augustine kujifunza hiyo kulinda ya imani ilikuwa si kiburi—ni ilikuwa ni jukumu.

THE HATARI IMEWASHWA ZOTE ZOTE PEMBENI

LAKINI AUGUSTINE PIA alielewa jambo hatari: hiyo ni inawezekana kwa tetea ukweli na kupoteza upendo. Marekebisho yanaweza kuzidi kuwa kiburi. Hukumu inaweza kuwa ukatili. Uothodoksi unaweza kuishi pamoja na moyo baridi. Na Augustine alikuwa ameona hilo likitokea.

Yeye alikuwa na mara moja imekuwa imewashwa ya kupokea mwisho ya mkali uhakika—ukweli Alizungumza bila uvumilivu, kusadikishwa kulitolewa bila neema. Alikumbuka jinsi hoja zilivyoweza kuumiza badala ya kuponya kwa urahisi.

Kwa hivyo yeye kutembea kwa uangalifu. Tunawezaje kushindana bila kuwa wapiganaji? Tunawezaje kusahihisha bila kuponda?

UKWELI AS A FOMU YA HUDUMA

AUGUSTINE IMEFANYWA UPANDE WA UPYA ya kazi.

Kutetea imani hakukuwa kuhusu kushinda hoja . ilikuwa kuhusu **kuhudumia roho** .

Ukweli ilikuwa si a silaha kwa thibitisha Ubora. Ilikuwa dawa ya kurejesha afya.

Hii imebadilishwa vipi yeye alizungumza. Jinsi alivyoandika.

Jinsi gani yeye kukabiliwa kosa.

Yeye kupinga ya majaribu kwa kudhalilisha wapinzani. Yeye alikataa kwa Alikumbuka kwamba nyuma ya kila wazo baya kulikuwa na mwanadamu moyo umbo na hofu, mkanganyiko, au kiburi.

Vipi kama lengo la marekebisho ni urejesho, si utawala? ikiwa mapenzi ni si ya kinyume ya ukweli, lakini yake sahihi utoaji?

THE BINAFSI GHARAMA YA KUSIMAMA KAMPUNI

UFAHAMU ALIALIKWA UPINZANI.

Augustine alikosolewa . Hakueleweka vizuri. Alipingwa. Wakati mwingine alielezewa vibaya.

Kusimama kwa ukweli gharama yeye amani, sifa, na urahisi.

Lakini maelewano ingekuwa kuwa na gharama zaidi.

Kwa nini hufanya utiifu mara nyingi kuleta mgogoro badala yake kuliko Inamaanisha nini kuwapenda watu kiasi cha kuhatarisha kutopendwa ?

Augustine kukubaliwa ya gharama—sio kama kuuawa shahidi, lakini kama usimamizi.

UNYENYEKEVU CHINI YA MOTO

HATA ALIPOTETEA ukweli, Augustine aliendelea kuwa macho kuhusu makosa yake mwenyewe. Alichunguza nia zake. Alipitia Maandiko Matakatifu tena. Alikubali marekebisho.

Alijua vyema hatari ya kudhani kwamba kuwa sahihi kunamaanisha kuwa mwadilifu.

Kwa nini watetezi wa ukweli lazima wabaki kuwa wanafunzi wa neema? Unyenyekevu huhifadhije mamlaka?

Augustine mkao muhimu kama sana kama yake nafasi.

THE POLEPOLE MAUMBILE YA A MWALIMU

IMEKWISHA MUDA, AUGUSTINE ikawa inayojulikana si tu kwa uwazi, lakini kwa usawa. Aliunganisha uthabiti na huruma, kusadiki na uvumilivu, mamlaka na unyenyekevu.

Maneno yake yalikuwa na uzito kwa sababu maisha yake yalikuwa na kizuizi. Alikuwa amejifunza ukweli huo bila majeraha ya upendo.

Lakini mapenzi bila ukweli kupotosha.

Ya kupiga simu ilikuwa si kwa chagua kati ya wao—lakini kwa **shikilia zote mbili kwa uaminifu** .

MASWALI HIYO NYOOSHA THE NAFSI

BEBA HIZI NA WEWE:

- Jinsi gani fanya wewe jibu wakati ukweli inahitaji mzozo?
- Wapi huenda imani kuwa ugumu ndani kiburi?
- Je, wewe zaidi wasiwasi na kuwa kulia au kuwa ukombozi?
- Nini ingekuwa hiyo gharama wewe kwa stendi imara katika mapenzi?

Hizi maswali mapenzi mwangwi kupitia ya ibada safari mbele.

NINI IS KUJA INAYOFUATA

YA AUGUSTINE USHAWISHI ni kupanua, na hivyo ni ya uzito yeye hubeba.

Ya inayofuata sura mapenzi chunguza:

- Mateso hiyo hufanya si kuondoka
- Maswali hiyo imani hufanya si haraka jibu
- Kuamini Mungu wakati utiifu hufanya si ondoa maumivu

Neema sasa itamjenga Augustine kwa njia ya kina zaidi—sio kupitia ushindi, bali kupitia uvumilivu.

SURA KUMI

LINI IMANI JE, SIYO Ondoa Maumivu

Outiifu alifanya si funika Augustine kutoka huzuni.

Kama chochote, hiyo **imefafanuliwa hiyo** .

Kwa hii msimu ya yake maisha, Augustine alikuwa na kujisalimisha tamaa, Alikubali wito, alilinda ukweli, na akakubali uwajibikaji. Imani yake haikuwa tena ya kinadharia. Ni ilikuwa majaribio, inayoonekana, na gharama kubwa.

Na bado—maumivu Si
maumivu ya hatia.
Sio ya maumivu ya uasi.
Lakini ya maumivu hiyo hukaa hata wakati utiifu ni wa dhati.

THE HADITHI YA BILA MAUMIVU IMANI

AUGUSTINE HAD MARA MOJA kudhaniwa hiyo kujisalimisha ingekuwa kuleta urahisi. Hiyo uwazi ingekuwa ondoa ugumu. Hiyo utiifu ingekuwa suluhisha mvutano.

Ni alifanya sivyo.
Imani haikufuta hasara.
Wito alifanya si kuzuia
huzuni. Ukweli alifanya si
ukimya huzuni.
Badala yake, imani alitoa maumivu a mpya muktadha.
Kwa nini tunatarajia utii utulinde kutokana na mateso?
Wapi? alifanya ya wazo njoo kutoka hiyo imani dhamana
urahisi?

Augustine ilianza kwa kuelewa hiyo Mungu hufanya si daima ondoa maumivu—wakati mwingine Yeye **huyafafanua upya** .

HUZUNI HIYO Maumbo BADALA THAN HUHARIBU

AUGUSTINE ALIYE NA UZOEFU huzuni hiyo kukata kwa undani. Hasara hiyo inaweza isiwe hoja mbali. Maswali hiyo theolojia alifanya si haraka jibu.

Yeye alifanya si tafsiri mateso kama adhabu.

Hakudhani ilikuwa ni kushindwa.

Yeye kuruhusiwa hiyo

kwa kazi. Maumivu

yakawa mwalimu.

Huzuni ikawa a usafishaji moto.

Uvumilivu ikawa a sadaka.

nini Mungu huruhusu maumivu kubaki hata baada ya toba?

aina ya imani ni imeundwa wakati unafuu hufanya si njoo?

Augustine imegunduliwa hiyo mateso kopo ongeza kina utegemezi katika njia ambazo faraja haifanyi kamwe.

KUAMINIKA MUNGU BILA MAELEZO

KULIKUWA na nyakati ambapo Augustine alitaka majibu. Sababu zilizo wazi. Haraka azimio.

Lakini Mungu inayotolewa kitu kingine:

uwepo. Sio maelezo.

Sio

kutoroka.

Uwepo.

Augustine kujifunza kwa uaminifu Mungu bila uelewa Yeye kikamilifu. Kwa pumzika ndani Mungu mhusika wakati hali kupinga tafsiri.

Kwa nini Mungu mara nyingi huficha maelezo lakini kamwe Yeye mwenyewe? Inamaanisha nini kuamini wakati hakuna uwazi ?

Hii aina ya imani ilikuwa kimya zaidi—lakini imara zaidi.

THE MAUMBILE YA KINA

MAUMIVU IMEVUA nguo MBALI nini ushawishi inaweza sivyo.

Ni wazi kutokuwa na subira.
Ilifichua matarajio yaliyofichwa.
Iliondoa kujiamini kudogo.

Na katika yake mahali, kitu zaidi ilikua. Huruma
kupanuliwa.
Unyenyekevu
kuimarishwa.
Utegemezi imezama
zaidi.

Mafundisho ya Augustine yalipata uzito kwa sababu imani yake ilikuwa imeshinikizwa. Maneno yake kubeba mamlaka kwa sababu wao alikuwa na imekuwa imejaribiwa.

Kwa nini mateso mara nyingi hutuandaa kwa ajili ya huduma ambayo hatukutarajia? Uvumilivu huundaje hekima?

IMANI HIYO JE, SIYO MAOMBI MATOKEO

LABDA THE NYINGI PROFOUND zamu ilitokea hapa: Augustine aliacha kupima imani kwa matokeo.

Alijifunza kutii bila dhamana. Kuamini
bila ratiba.
Kuvumilia bila kinyongo. Imani
haikuwa tena muamala. Ilikuwa
uhusiano.

Kwa nini imani imekomaa zaidi wakati haihitaji tena uthibitisho?

Nini ? hutokea wakati utiifu inakuwa yake mwenyewe
zawadi?

Augustine alipumzika—si kwa sababu hali iliboreka, bali kwa sababu Mungu alibaki mwaminifu.

MASWALI HIYO ILIZA THE SAFARI

DO SIYO KIMBIA HIZI:

- Nini maumivu kuwa na wewe kudhaniwa imani inapaswa kuondoa?
- Wapi ina kukata tamaa changamoto yako uaminifu?
- Kifaa wewe kubaki mwaminifu bila papo hapo unafuu ?
- Je, yako utiifu masharti imewashwa matokeo?

Hizi maswali mapenzi mwangwi kupitia ya ibada siku mbele.

NINI IS KUJA INAYOFUATA

AUGUSTINE SASA ANAINGIA katika miaka ya mwisho ya maisha yake—miaka iliyoangaziwa na tafakari, urithi, na maandalizi kwa kuondoka.

Ya inayofuata sura mapenzi chunguza:

- Ya hekima ya mtazamo wa nyuma
- Ya umbo ya urithi
- Kuandaa wengine kwa kubeba ya imani mbele

Neema mapenzi sasa umbo Augustine kama a **mmaliziaji** , si tu mfuasi .

SURA Maisha ya Kumi na Moja NA THE MWISHO NDANI

MTAZAMO

Thapa huja a nukta katika kila maisha wakati dharura mabadiliko yake sauti. Tamaa hutoa njia kwa umakini.
Kasi hufikia kina. Mafanikio hufifia
kabla ya maana. Augustine alikuwa
na imeingia hiyo msimu.

Hakupima tena maisha yake kwa kiasi ambacho angeweza kufanya, bali kwa jinsi angeweza **kumaliza kwa uaminifu** .

LINI THE BAADAYE HUFUPISHA

UMRI HAS A NJIA YA KUFAFANUA nini vijana hupuuza.

Augustine waliona wakati tofauti sasa. Sio kama shinikizo, lakini kama mtazamo. Miaka hiyo mbele walikuwa wachache kuliko ya miaka nyuma. Nini ilibaki ilikuwa hapana zaidi kuhusu kuwa—ni ilikuwa kuhusu **kuamini** .

Yeye alifanya si kukua
Alikua mpole .
Kwa nini hekima mara nyingi huja wakati muda unapohisi
kuwa mdogo ? mabadiliko wakati sisi simama kudhani sisi
kuwa na "Baadaye"?

Augustine kujifunza kwa moja kwa moja na ya mwisho katika mtazamo—sio kwa hofu, lakini kwa uaminifu.

KUCHUKUA KUTOKA SAUTI KWA CHOMBO

AUGUSTINE BADO ALIFUNDISHWA, bado aliandika, bado alichunga. Lakini mkao wake ulikuwa imebadilishwa.

Hakuhitaji tena kusikilizwa.

Alitaka ukweli udumu.

Aliwekeza kwa undani katika wengine—kuunda viongozi, kuimarisha jamii, kulinda mafundisho si kupitia udhibiti, lakini kupitia uwazi. Wasiwasi wake imebadilishwa kutoka ushawishi kwa **urithi** .

Nini ni sisi jengo hiyo mapenzi kuishi
maisha ya muda mrefu Je, tunaunda
watu—au majukwaa?

Augustine alielewa kwamba urithi si kile tunachoacha nyuma, bali ni yule tunayemwacha tayari.

KUTENGENEZA AMANI NA KIKWAZO

THE MWILI IMEDHAIFU. Nishati ilipungua. Mateso imepitiwa upya.

Augustine hakupinga mabadiliko haya. Aliyapokea kama vikumbusho—sio vya kupoteza, bali vya mpito. Tumaini lake halikuwahi kutulia katika nguvu. Lilitegemea Kristo.

Kwa nini hufanya Mungu ruhusu kupungua kwa umbo imani?
Uaminifu huonekanaje wakati uwezo unapungua?
Augustine's imani alifanya si punguza na yake
nguvu. Ni imezama zaidi.

KUMBUKA NEEMA, SIYO MAJUTO

AKITUNZA NGUVU ZAIDI, AUGUSTINE hakukana kushindwa kwake. Alikumbuka —lakini kupitia lenzi ya ukombozi.

Yeye alifanya si mazoezi
majuto. Alijizoeza neema.

Kila kuchelewa, kila kosa, kila upinzani ikawa ushahidi—sio ya aibu, lakini ya rehema. Mungu alikuwa na si kupoteza yake maisha. Mungu alikuwa na kukombolewa hiyo.

Kwa nini neema inaturuhusu kukumbuka bila kulaani? Shukrani

hubadilishaje majuto?

Augustine alipumzika katika uaminifu wa Yule aliyemfuata kutoka mwanzo.

KUANDAA KWA KUONDOKA

AUGUSTINE ALIFANYA SIYO HOFU kifo.

Sio kwa sababu yeye ilikuwa jasiri, lakini kwa sababu yeye ilikuwa imetia nanga.

Tumaini lake halikuwa katika kazi yake, maandishi yake, au ushawishi wake. Kristo—ambaye alikuwa na imekuwa karibu zaidi kwa yeye kuliko yeye alikuwa na milele imekuwa kwa mwenyewe.

Kwa nini hufanya imani kukua utulivu karibu ya mwisho?

Ni aina gani ya maisha yanayoruhusu kuondoka kwa amani? Augustine alikuwa ameishi kwa uaminifu.

Yeye alikuwa na

kujisalimisha Alikuwa

amemwamini sana .

Na sasa, yeye alisubiri.

MASWALI KWA WALE BADO SAFARI

BEBA HIZI MBELE:

- Nini ingekuwa mabadiliko ikiwa wewe aliishi na ya mwisho katika mtazamo?
- Nini ni wewe jengo hiyo mapenzi kubaki?
- WHO ni wewe makusudi kujiandaa?
- Je, wewe kuamini Mungu na yako vikwazo kama sana kama nguvu zako?

Hizi maswali mapenzi andamana ya mwisho harakati ya hadithi .

NINI IS KUJA INAYOFUATA

YA AUGUSTINE MAISHA IS kuchora kwa yake karibu—lakini yake ushawishi ni mbali kutoka kukamilika.

Ya mwisho sura mapenzi tafakari kwenye:

- A maisha soma na vizazi

- Matunda hiyo maisha ya nje ya mti
- Nini hiyo maana kwa kuwa a kweli kuishi barua

SURA KUMI NA MBILI A MAISHA

SOMA KWA WOTE

Aya Augustine maisha iliisha kimya kimya.
Hapo walikuwa hapana kubwa matamko.
Hapana mwisho maonyesho.
Hapana jaribio kwa hifadhi urithi.
Na lakini—yake maisha inaendelea kwa zungumza.
Sio kwa sababu yeye alitafuta kudumu, lakini kwa sababu yeye kujisalimisha kwa ya Mtu ambaye ni wa milele.

LINI A MAISHA INAWA A BARUA

THE MTUME PAULO ALIANDIKA hiyo waumini ni barua—zilizoandikwa si kwa wino, lakini na ya Roho ya ya kuishi Mungu, inayojulikana na soma na yote.

Augustine ikawa moja ya hizo barua.
Sio kwa sababu yeye ilikuwa isiyo na
dosari.
Sio kwa sababu yeye ilikuwa
kipekee. Lakini kwa sababu
alikubali .
Yake maisha aliiambia a hadithi hiyo inaweza kuwa soma bila maelezo:

- Hiyo neema hufuatilia kabla utiifu huanza
- Hiyo ukweli kukabiliana kabla hiyo starehe
- Hiyo kujisalimisha hutangulia pumzika
- Hiyo utiifu hubadilisha maumbo hamu

- Hiyo uaminifu maisha ya nje ya mwaminifu

Kwa nini maisha ya kujisalimisha huzungumza kwa sauti kubwa kuliko yale yaliyokamilika ? hufanya baadhi hadithi vumilia wakati wengine kufifia?
Augustine maisha kutoboa matunda hiyo imetengenezwa yake mizizi inayoonekana.

MATUNDA HIYO MAISHA YA KUTOKA THE MTI

AUGUSTINE ALIFANYA SIYO MOJA KWA MOJA kwa ushawishi karne nyin

Yeye aliishi kwa kutii Mungu.

Na utiifu kuzidisha zaidi ya yake maisha yote.

Yake maungamo alitoa sauti kwa ya binadamu mapambano na dhambi na neema. Mafundisho yake yaliunda jinsi vizazi vilivyoelewa upendo, hamu, wakati, kumbukumbu, na Mungu. Uaminifu wake uliwapa waumini ruhusa ya kuwa wakweli mbele za Mungu badala ya kutenda kwa vitendo.

Lakini Augustine angejitenga na yeye mwenyewe.

Matunda hayakuwa mafanikio yake.

Ni ilikuwa Mungu kazi.

Kwa nini Mungu mara nyingi hutumia maisha ya kujisalimisha kupita kiasi ambacho hawajui? Ni matunda gani ambayo yanaweza kukua muda mrefu baada ya sisi kuondoka?

A HADITHI HIYO MIALIKO JIBU

YA AUGUSTINE MAISHA JE, si uliza kwa kuwa kupendwa.

Ni anauliza kwa kuwa akajibu.

Ni kukabiliana kila msomaji na kutojisikia vizuri maswali:

- Wapi ni wewe kucheleweshaa utii?
- Nini matamanio bado pinga kujisalimisha?
- Nini ukweli fanya wewe kujua lakini kuwa na si bado alitii?
- Nini ingekuwa kamili mavuno angalia kama kwa wewe?

Hizi ni si kihistoria Maswali. Ni ya

sasa.

Augustine hadithi inakuwa hatari pekee wakati hiyo mabaki a hadithi.

KUTOKA WASIFU KWA Uanafunzi

HAPA NDIPO WASIFU WA MTU utakapoishia—na safari lazima ianze.

Kurasa zinazofuata hazitauliza Augustine aliamini nini.

Zitakuuliza utafanya nini.

Kila moja siku ya ya **Siku 40 Kuishi Nyaraka Ibada Safari** mapenzi chukua moja mandhari kutoka Augustine maisha na zamu hiyo ndani a kioo—kupitia Maandiko, sala, tafakari, kujitolea, na tamko.

Wewe mapenzi si kuwa aliuliza kwa kuiga Augustine.

Wewe mapenzi kuwa walioalikwa kwa **fuata Kristo** , kama Augustine alifanya hivyo.

A MWISHO SWALI KABLA THE SAFARI INAANZA

AUGUSTINE MARA MOJA ALIANDIKA hiyo Mungu ilikuwa karibu zaidi kwa yeye kuliko yeye ilikuwa kwake mwenyewe.

Hiyo sawa Mungu ni sasa sasa.

Nini ni Yeye uandishi katika yako
maisha? Na mapenzi wewe ruhusu
hiyo kwa kuwa kusoma?

MPINDUKO DOKEZO KWA THE MSOMAJI

WEWE INA SASA SOMA THE hadithi ya a maisha Mungu alikataa kwa kuachana.

Nini ifuatavyo ni a mwaliko—sio kwa angalia, lakini kwa kushiriki

. inayofuata ukurasa huanza **Siku Moja** ya ya Siku 40 Ibada.

Njoo tayari kwa kuwa imeandikwa.

KUISHI Nyaraka – 40 Siku Ibada Mfululizo - 1 Utafiti INAANZA... >>>>>

SIKU MOJA

A HATUAGI MOYO MUNGU MATAKATAO KUPUUZA

KEY KUZINGATIA MAANDIKO

"Wewe" kuwa na imetengenezwa sisi kwa Wewe mwenyewe, O Bwana, na yetu moyo ni mtulivu mpaka ikae ndani yako."

— *Maungamo*

"Wewe" ni yetu barua imeandikwa katika yetu mioyo, inayojulikana na soma na yote wanaume."

— 2 Wakorintho 3:2–3

"Kwa sisi WHO kuwa na aliamini fanya ingiza hiyo pumzika... Hapo mabaki kwa hivyo pumziko kwa ya watu ya Mungu. Kwa yeye WHO ina imeingia Yake pumzika ina mwenyewe pia ilikoma kutoka yake kazi kama Mungu alifanya kutoka Yake."

— **Waebrania 4:3–10**

"Njoo" kwa Mimi, yote wewe WHO kazi na ni nzito mizigo, na Mimi mapenzi toa pumzika ."

— Mathayo 11:28

YA AUGUSTINE ALIYEISHI MUDA

Kabla kujisalimisha, kabla utiifu, kabla ushawishi, **Augustine ya Kiboko** aliishi na a machafuko yeye inaweza si eleza au kutoroka.

Yeye ilikuwa

Mwenye akili.

Yeye ilikuwa

Alipendwa sana .

Hata hivyo yake roho ilibaki wasiotulia.

Augustine hakukosa imani au ufahamu wa kiroho. Alichokosa ilikuwa **pumzika** —sio kimwili pumzika, lakini ya kina pumzika hiyo huja kutoka mpangilio na Mungu. Yake maisha ilikuwa hai, lakini yake moyo ilikuwa imegawanywa. Yeye kazi ngumu ndani hata huku ukifanikiwa kwa nje.

Mungu alifanya si ondoa ya
kutokuwa na utulivu. Aliutumia.

Augustine baadaye imetambuliwa hiyo yake machafuko ilikuwa si a ishara ya Mungu kutokuwepo, lakini ya Mungu **mwaliko** . Mungu ilikuwa kupiga simu yeye nje ya kujiongoza kujitahidi na katika pumziko la kimungu—pumziko ambalo halianzii wakati maisha yanapopungua mwendo, bali wakati roho inapokubali.

MAISHA SOMO

Biblia pumzika ni si kutofanya kazi. Ni **mpangilio** .

Waebrania anasema sisi hiyo Mungu pumzika tayari ipo—na hiyo waumini *ingiza* Hii ina maana kwamba pumziko si kitu tunachopata kupitia juhudi; ni kitu tunachopokea kupitia kujisalimisha.

Kukosa utulivu mara nyingi mabaki wakati:

- Sisi amini, lakini fanya si kikamilifu mavuno
- Sisi kazi kwa Mungu badala yake ya kupumzika katika Mungu
- Sisi jitahidi na yetu mwenyewe nguvu badala yake kuliko kuamini Mungu kazi iliyokamilika

Mungu inaruhusu machafuko kwa endelea wakati hiyo hufichua maeneo ya kujitegemea .

Kukosa utulivu kunakuwa huruma inapotuongoza kuacha kujitahidi na kuanza kujisalimisha.

KIOO MUDA (BINAFSI) TAFAKARI)

Kukaa na hizi maswali kwa maombi:

- Wapi ni wewe hai kwa Mungu lakini si katika pumzika katika Yeye?
- Nini ndani kazi ina Mungu imekuwa kukaribisha wewe kwa kutolewa?
- Je, wewe kujitahidi kwa thibitisha kitu Mungu ina tayari imeahidiwa?

Waebrania 4 inatukumbusha kwamba pumziko huja tunapoacha **kazi zetu wenyewe** .

UTEKELEZAJI KWA UTII

Leo, mazoezi kuingia Mungu pumzika makusudi.

- Seti kando 10–15 dakika katika ukimya
- Soma **Waebrania 4:3–10** polepole, kwa sauti kubwa ikiwa inawezekana
- Uliza ya Mtakatifu Roho:
  "Wapi?" asubuhi Mimi bado kujitahidi badala yake ya kuamini?"

Andika chini nini ya Roho hufichua.
Usiirekebishe. Ipokee.

KIKUNDI MJADALA MASWALI

1. Jinsi gani hufanya Maandiko fafanua pumzika tofauti kutoka utamaduni?
2. Nini ni ya tofauti kati ya kimwili pumzika na kiroho kupumzika?
3. Jinsi gani kopo kujitahidi kuwepo hata katika kidini shughuli?

MAOMBI

Baba, nakiri kwamba mara nyingi mimi hufanya kazi pale ambapo tayari umemaliza kazi.

Fundisha mimi kwa ingiza Yako pumzika—sio kupitia juhudi, lakini kupitia Kujisalimisha. Pale ambapo moyo wangu umegawanyika, leta usawa.
Wapi Mimi asubuhi kujitahidi,
fundisha mimi kwa Ninachagua
kupumzika ndani yako.
Amina.

UNABII TAMKO

Mimi ingiza Mungu pumzika na imani.
Mimi acha kutoka kujiongoza kujitahidi.
Yangu maisha hupangilia na Mungu imekamilika kazi.
Mimi asubuhi imeandikwa na ya Roho, si inayoendeshwa na shinikizo.

KUJITOLEA KWA UTII

Leo, Mimi chagua pumzika juu kujitahidi.
Mimi mavuno udhibiti wapi Mungu ina tayari
nimezungumza. Mimi mapenzi uaminifu
Mungu kazi zaidi kuliko yangu juhudi.

KUTAZAMA MBELE KWA SIKU YA PILI

Augustine kutotulia alifanya si mara moja risasi yeye ndani pumzika.

Ni iliyoongozwa yeye ndani **kuchelewa** — hatari tabia ya kujua ukweli lakini kuahirisha utiifu.

Kesho sisi mapenzi kukabiliana uwongo hiyo huweka nyingi waumini wasiotulia:

"Baadaye mapenzi kuwa rahisi zaidi."

SIKU MBILI

THE GHARAMA YA KUCHELEWA NA THE UONGO YA "BADO"

KEY KUZINGATIA MAANDIKO

"Leo, ikiwa wewe mapenzi sikia Yake sauti, fanya si gumu mioyo yenu ."

— **Waebrania 3:7–8**

"Kwa sisi ni Mungu mwenzake wafanyakazi... Sasa ni ya kukubaliwa wakati; tazama, sasa ndiyo siku ya wokovu."

— 1 Wakorintho 3:9; 2 Wakorintho 6:2

"Kwa nini?" fanya wewe subiri? Inuka na kuwa kubatizwa na safisha mbali yako dhambi, wakiita jina la Bwana."

— Matendo 22:16

"Yeyote yule anajua ya kulia kitu kwa fanya na inashindwa kwa fanya hiyo, kwa yeye hiyo ni dhambi."

— Yakobo 4:17

YA AUGUSTINE ALIYEISHI MUDA

Augustine hakumkataa

Mungu. Alimwahirisha.

Muda mrefu kabla yake kujisalimisha, Augustine ilikuwa kushawishika hiyo Ukristo ilikuwa kweli. Alivutiwa na uzuri wake. Alikubali uthabiti wake. Alitamani hata ahadi zake.

Lakini yeye kuchelewa utiifu.

Alijiambia hakuwa tayari. Mabadiliko hayo yangekuja baadaye. Ukuaji huo ulihitaji muda. Kujisalimisha huko kungeweza kusubiri.

Na hivyo yeye aliomba a hatari sala:

Hapana bado.

Nini Augustine alifanya si tambua ilikuwa hiyo kuchelewa ilikuwa umbo yeye kama kama vile uamuzi. Kila utii ulioahirishwa uliimarisha tabia. Kila "baadaye" ilizidi kuwa kubwa mgawanyiko. Kila kusitasita mafunzo yake mapenzi kwa kupinga.

Kuchelewa ilikuwa si isiyoegemea upande wowote.

MAISHA SOMO

Kuchelewa huimarisha nini utiifu ingekuwa ponya.

Maandiko hayachukulii utii uliochelewa kama hekima. Yanauchukulia kama hatari. Waebrania wanaonya kwamba mioyo huganda si tu kwa uasi, bali pia kwa **kuahirisha** .

Ya sauti ya Mungu daima anaongea katika ya sasa "

Leo ."

Kuchelewa hushawishi sisi hiyo wakati mapenzi tengeneza utiifu rahisi zaidi. Katika ukweli, kuchelewa huruhusu mifumo kuzidi kuwa na kina, viambatisho kuimarika, na upinzani kurekebishwa.

Kinachohisi kama uvumilivu kinaweza kuwa kuepukwa. Kinachohisi kama tahadhari kinaweza kuwa hofu.

Nini hisia kama hekima huenda kuwa kutoamini.

KIOO MUDA (BINAFSI) TAFAKARI)

Chukua wakati na hizi maswali:

- Nini ina Mungu waziwazi inayozungumzwa kwa wewe hiyo wewe kuwa na imeahirishwa?
- Wapi kuwa na wewe kutumika maandalizi kama a mbadala kwa utii?
- Nini gharama ina kuchelewa tayari zinazozalishwa katika yako maisha?

Fanya si jibu kwa kujilinda. Jibu kwa uaminifu.

UTEKELEZAJI KWA UTII

Tambua **moja maalum utiifu** wewe kuwa na imechelewa. Leo:

- Jina hiyo waziwazi
- Omba juu hiyo kwa ufupi
- Chukua moja zege hatua kuelekea hilo

Usingojee kujiamini. Utiifu mara nyingi huzaa kujiamini, si kinyume chake.

KIKUNDI MJADALA MASWALI

1. Kwa nini hufanya kuchelewa hisia salama zaidi kuliko kutotii?
2. Jinsi gani hufanya utamaduni kuimarisha ya wazo hiyo "Baadaye" ni mwer busara?
3. Nini ni ya tofauti kati ya kusubiri imewashwa Mungu na kuepuka Mungu?

MAOMBI

Baba, nakiri kwamba nimeahirisha utii huku nikijishawishi kwamba nilikuwa mwangalifu.

Samehe mimi kwa ya nyakati Mimi kuchelewa nini Wewe
imetengenezwa wazi. Lainisha moyo wangu.
Nifundishe kujibu unapozungumza—bila kujadiliana.
Ninachagua utii leo.
Amina.

UNABII TAMKO

Mimi jibu wakati Mungu anaongea.
Yangu moyo mabaki laini na msikivu.
Kuchelewa hupoteza yake nguvu juu
yangu maisha.
Leo, Mimi kutii.

KUJITOLEA KWA UTII

Leo, Mimi kataa ya uongo ya "sio bado."
Ninachagua utii wa sasa badala ya nia ya baadaye .
mapenzi kitendo imewashwa nini Mungu ina
tayari imefichuliwa.

KUTAZAMA MBELE KWA SIKU TATU

Augustine kuchelewa ilikuwa si mizizi katika ujinga—ni ilikuwa mizizi katika **tamaa iliyogawanyika** .

Kesho sisi mapenzi kukabiliana a suala la kina zaidi :

Nini hutokea wakati sisi unataka Mungu, lakini unataka kitu kingine zaidi

SIKU TATU

THE IMEGAWANYWA WILL NA THE VITA YA TAMAA

KEY KUZINGATIA MAANDIKO

"Mimi furaha katika ya sheria ya Mungu kulingana na kwa ya ndani mwanaume, lakini Mimi tazama mwingine sheria katika yangu wanachama, vita dhidi ya ya sheria ya yangu akili."

— Warumi 7:22–23

"Hapana" moja kopo kuhudumia mbili mabwana."

— Mathayo 6:24

"Kila mmoja moja ni kujaribiwa wakati yeye ni iliyochorwa mbali na yake mwenyewe matamanio na kushawishiwa."

— Yakobo 1:14

"Wale WHO mali kwa Kristo Yesu kuwa na kusulubiwa ya nyama na yake tamaa na matamanio."

— Wagalatia 5:24

YA AUGUSTINE ALIYEISHI MUDA

Pambano kubwa zaidi la Augustine halikuwa

kutoamini. Lilikuwa **mgawanyiko** .

Alimtaka Mungu.

Yeye alitaka

utakatifu.

Yeye alitaka uhuru.

Na katika ya sawa wakati, yeye alitaka udhibiti, raha, na kufahamiana.

Mgogoro huu wa ndani ulimtesa. Alielezea mapenzi yake kama mgawanyiko—yaliyovutwa pande tofauti. Sehemu moja yake ilimtamani Mungu; nyingine ilishikilia kwa ukaidi tabia.

Augustine alifanya si ukosefu

Alikosa msimamo thabiti .

Ya msiba ilikuwa si hiyo yeye alifanya si kujua ya vizuri—ni ilikuwa hiyo kujua nzuri alifanya si bado mazao ya mapenzi kwa chagua hiyo.

MAISHA SOMO

A imegawanywa moyo hutoa kuchelewa utiifu.

Tamaa ni mwenye nguvu. Maandiko hufanya si sasa hamu kama upande wowote; hiyo hutengeneza mwelekeo. Kile tunachokitamani zaidi hatimaye kitatutawala.

Ya mapenzi ni si kuimarishwa na taarifa peke yake. Ni ni kuimarishwa na **mpangilio mpya upendo** .

Augustine kujifunza hiyo ya vita kwa utiifu ni si kwanza walipigana katika tabia, bali katika mapenzi. Hadi hamu itakapokabiliwa, utii hubaki dhaifu . fanya si chagua dhidi ya yetu nguvu zaidi tamaa—sisi chagua **kulingana na kwa hiyo** .

KIOO MUDA (BINAFSI) TAFAKARI)

Chukua wakati na hizi maswali:

- Unahisi mvutano gani kati ya unachokijua na unachochagua ?
- Nini hamu ina imekuwa kushindana na yako utiifu kwa Mungu?
- Je, wewe kujaribu kwa kutii Mungu wakati bado kulinda kitu vinginevyo?

Kuwa waaminifu. Mungu tayari anajua.

UTEKELEZAJI KWA UTII

Tambua hamu moja ambayo imekuwa ikikugawanya moyo wako. Leo:

- Jina hiyo kabla Mungu
- Ungama yake ushawishi kwa uaminifu
- Uliza Mungu si tu kwa zuia hiyo, lakini kwa **kupanga upya yako mapenzi**

Fanya si omba kwa imara zaidi nguvu ya utashi. Omba kwa zaidi mapenzi kwa Mungu.

KIKUNDI MJADALA MASWALI

1. Kwa nini hufanya maarifa peke yake kushindwa kwa mazao utii?
2. Jinsi gani hufanya utamaduni kurekebisha imegawanywa tamaa?

3. Nini hufanya hiyo wastani kwa kusulubisha a hamu badala yake kuliko dhibiti je, ni?

MAOMBI

Baba, Mimi kukiri hiyo yangu moyo ina imekuwa imegawanywa. Mimi kuwa na alitaka Wewe, lakini si daima kwanza.

Panga upya yangu anapenda.

Ondoa kushindana matamanio na a kubwa zaidi mapenzi kwa Wewe. Unganisha moyo wangu ili niogope jina lako.

Amina.

UNABII TAMKO

Yangu moyo ni hapana ndefu zaidi nimegawanyika. Mimi ni wa Mungu kabisa.

Kila kushindana hamu ni kupoteza yake mamlaka. Mapenzi yangu yanaendana na ukweli wa Mungu.

KUJITOLEA KWA UTII

Leo, Mimi chagua mpangilio juu

Ninasalimisha tamaa zilizogawanyika kwa Mungu.

Mimi mapenzi si linda nini Mungu ni kuuliza mimi kwa kusulubisha.

KUTAZAMA MBELE KWA SIKU NNE

Augustine imegawanywa mapenzi iliyoongozwa yeye kwa tafuta **imani mifumo hiyo msamaha tamaa badala ya kuiponya** .

Kesho sisi mapenzi kukabiliana a hatari mbadala:

Dini hiyo anaelezea dhambi bila kukabiliana hiyo.

SIKU NNE

LINI IMANI INAWA A MAENEO YA KUJIFICHA

KEY KUZINGATIA MAANDIKO

"Kuwa na a umbo ya utauwa lakini kukataa yake nguvu. Na kutoka watu kama hao hugeuka.

— 2 Timotheo 3:5

"Mwayachunguza Maandiko, kwa sababu mnadhani kwamba ndani yake mna uzima wa milele; na haya ni wao ambayo shuhudia ya Mimi. Lakini wewe ni si tayari kwa njoo kwa Mimi ili mpate kuwa na uzima."

— Yohana 5:39–40

"Wao kukiri kwa kujua Mungu, lakini katika kazi wao kataa Yeye."

— Tito 1:16

"Imani" na yenyewe, ikiwa hiyo hufanya si kuwa na kazi, ni amekufa."

— Yakobo 2:17

YA AUGUSTINE ALIYEISHI MUDA

Wakati mapenzi ya Augustine yaliyogawanyika yalipoanza kushindikana, hakujisalimisha mara moja .

Yeye **imebadilishwa imani** .

Sio kwa sababu mfumo mpya ulikuwa wa kweli, bali kwa sababu ulikuwa rahisi. Ulimruhusu kuzungumza kuhusu mema na mabaya bila kukabiliana na matamanio yake mwenyewe . alitoa yeye maelezo badala yake ya toba, ufahamu badala yake ya utiifu.

Augustine alifanya si simama kuzungumza kuhusu ukweli. Aliacha kuruhusu ukweli umzungumze.

Imani zake zilisikika kama za kiroho. Zilionekana kuwa za kisasa. Hata walidai maadili wasiwasi. Lakini wao inahitajika hakuna kitu kutoka yake mapenzi.

Imani ikawa a **kimbilio** —sio kutoka dhambi, lakini kutoka kujisalimisha.

MAISHA SOMO

Sio yote imani vichwa kwa maisha.

Baadhi ya mifumo ya imani huelezea dhambi badala ya kukabiliana nayo. Hutoa lugha bila ubwana, maarifa bila utii, na dini bila toba.

Maandiko yanatuonya kwamba inawezekana kuifahamu kweli huku tukikataa mabadiliko. Wakati imani hapana ndefu zaidi changamoto hamu, hiyo vituo kuwa imani na inakuwa **kujificha** .

Imani ya kweli haitafsiri tu hali yetu—inaibadilisha **.** WAKATI **WA KIOO (TAFAKARI BINAFSI)**

Kukaa kwa uaminifu na hizi maswali:

- Je, umewahi kutumia theolojia, mafundisho, au lugha ya kiroho ili kuepuka utii?
- Wapi huenda yako imani faraja wewe zaidi kuliko wao kukabiliana wewe?
- Je, hapo yoyote eneo wapi imani ina kuwa maelezo badala yake ya mabadiliko?

Fanya si jibu kwa kujilinda. Jibu kwa maombi.

UTEKELEZAJI KWA UTII

Leo, chunguza moja imani wewe shikilia kwa karibu. Uliza:

- Je, hii imani risasi mimi kuelekea utii?
- Au hufanya hiyo ruhusu mimi kwa kubaki haijabadilika?

Mwalike Roho Mtakatifu afichue mahali popote ambapo imani imechukua nafasi ya toba.

Kisha chukua **moja zege hatua ya utiifu** hiyo imani ina kuchelewa.

KIKUNDI MJADALA MASWALI

1. Jinsi gani kopo dini kuwa a kujificha mahali badala yake ya a uponyaji mahali?
2. Nini ni ya tofauti kati ya kujua ukweli na kujitolea kwa je, ni?
3. Kwa nini ni imani mifumo hiyo mahitaji hakuna kitu mara nyingi ya zaidi

kuvutia?

MAOMBI

Baba, nakiri kwamba wakati mwingine nimejificha nyuma ya imani badala ya kujisalimisha kwa ukweli.

Onyesha imani yoyote inayonifariji bila kunibadilisha.

Ondoa maelezo yanayolinda kutotii.

Niongoze katika imani iliyo hai—imani inayotii.

Amina.

UNABII TAMKO

Mimi fanya si ficha nyuma imani.

Imani yangu huzaa utii na mabadiliko. Ukweli kukabiliana mimi, huponya mimi, na vichwa mimi ndani maisha. Mimi tembea katika ya nguvu ya utauwa, si yake mwonekano. **KUJITOLEA KWA UTII**

Leo, ninajitolea kwa imani hai, si imani ya utendaji.

Nitaruhusu ukweli upinge matamanio yangu.

Mimi chagua toba juu maelezo.

KUTAZAMA MBELE KWA SIKU TANO

Mahali pa kujificha pa Augustine hatimaye paliporomoka. Ukweli ulikaribia sana kupuuzwa.

Kesho sisi mapenzi kukabiliana a muhimu wakati:

Nini hutokea wakati ukweli ni hapana ndefu zaidi inayoweza kuepukika—na ya mapenzi lazima uchague?

SIKU TANO

UKWELI UNAPOKUWA HAUWEZEKANI KUEPUKA

KEY KUZINGATIA MAANDIKO

"The mwanga ina njoo ndani ya dunia, na wanaume mpendwa giza badala ya mwanga, kwa sababu yao matendo walikuwa uovu."

— Yohana 3:19

"Kwa ya neno ya Mungu ni kuishi na wenye nguvu... a mtambuzi ya ya mawazo na makusudi ya moyo."

— Waebrania 4:12

"Vipi ndefu mapenzi wewe kuyumba kati ya mbili maoni? Kama ya Bwana ni Mungu, Mfuateni Yeye."

— 1 Wafalme 18:21

"Chagua kwa wenyewe hii siku nani wewe mapenzi kutumikia."

— Yoshua 24:15

YA AUGUSTINE ALIYEISHI MUDA

Kulifika wakati katika maisha ya Augustine wakati **kuepuka ilikuwa hapana muda mrefu zaidi iwezekanavyo** .

Mabishano yalikuwa

yamevunjika. Mifumo ya

imani ilikuwa imeshindwa.

Kuchelewa alikuwa na

waliopotea yake uaminifu.

Ukweli alisimama kabla yeye—sio kama a wazo kwa tathmini, lakini kama a sim kwa kutii.

Augustine inaweza hapana ndefu zaidi sema yeye alifanya si kuelewa. Yeye inaweza hapana dai refu zaidi yeye inahitajika zaidi wakati. Ukristo ilikuwa hapana ndefu zaidi a mbali chaguo; hiyo ilikuwa imekuwa mapambano ya moja kwa moja.

Ya tatizo ilikuwa hapana ndefu zaidi ukweli. Tatizo lilikuwa **mapenzi** .

Na katika wakati huo, Augustine aligundua jambo la kutisha na la ukombozi kwa wakati mmoja:

si kuchagua ilikuwa yenyewe a chaguo.

MAISHA SOMO

Ukweli hatimaye madai a majibu.

Kuna wakati ambapo nuru hufichua zaidi ya inavyoelezea. Wakati Maandiko yanapoacha kuifahamisha akili na kuanza kuhukumu moyo. Wakati kutoegemea upande wowote kunapoanguka chini ya uwazi.

Katika hatua hiyo, kuchelewa kunakuwa kutotii, na kutofanya uamuzi kunakuwa upinzani.

Mungu hufanya si nguvu ya mapenzi—lakini Yeye huondoa udanganyifu.

Wakati ukweli inakuwa isiyoepukika, ya pekee iliyobaki swali ni si *"Je, hii ni kweli?"* lakini *"Je, nitatii?"*

KIOO MUDA (BINAFSI) TAFAKARI)

Kukaa kimya kimya na hizi maswali:

- Nini ukweli ina kuwa wazi katika yako maisha hiyo wewe ni bado kuepuka
- Wapi ina Mungu imeondolewa yako visingizio lakini wewe kuwa na si lakini alijibu?
- Je, wewe kusimama katika ya mwanga—au kusimama karibu je, ni?

Kuwa waaminifu. Mungu ni tayari anazungumza.

UTEKELEZAJI KWA UTII

Leo, fanya si uliza Mungu kwa zaidi
uwazi. Mwombe **ujasiri** .

- Tambua moja eneo wapi ukweli ina kuwa isiyo na makosa
- Sema hiyo kwa sauti kubwa kwa Mungu
- Sema hii sala polepole:
  "Bwana, Mimi mapenzi hapana ndefu zaidi epuka nini Wewe kuwa na imetengenezwa wazi.

Kisha chukua moja hatua ya utii—hata hivyo ndogo— *leo* .

KIKUNDI MJADALA MASWALI

1. Kwa nini hufanya uwazi wakati mwingine ongezeko upinzani badala yake ya utii?
2. Jinsi gani kopo ukaribu kwa ukweli tengeneza ya udanganyifu ya imani?
3. Nini hutokea wakati waumini kubaki wasio na uamuzi kwa pia ndefu?

MAOMBI

Baba, Mimi kukiri hiyo hapo ni ukweli Mimi kuwa na alisimama karibu lakini si hatua ndani. Ukanda mbali kila udhuru hiyo huweka mimi kutoka utiifu. Nipe ujasiri pale ambapo uwazi tayari upo. chagua mwanga juu faraja, ukweli juu kuchelewa. Amina.

UNABII TAMKO

Ninaitikia ukweli kwa utiifu.
Sijifichi tena kwa kusitasita.
Ya mwanga ya Mungu vichwa yangu hatua. Leo, ninamchagua Bwana.

KUJITOLEA KWA UTII

Leo, Mimi kujitolea kwa jibu wapi Mungu ina inayozungumzwa waziwazi. Ninakataa kutopendelea upande wowote na kuchelewa.
Mimi chagua utiifu sasa.

KUTAZAMA MBELE KWA SIKU SITA

Wakati ukweli ikawa isiyoepukika, Augustine kufikiwa a kuvunja hoja—sio ya imani, lakini ya **nguvu** .

Kesho sisi mapenzi uso a uhalisia nyingi waumini kukutana:

Nini hutokea wakati ya mapenzi anataka kwa kutii—lakini hisia kutokuwa na nguvu kwa fanya hivyo?

SIKU SITA

WAKATI NGUVU INASHINDWA NA NEEMA LAZIMA INGILIA KATI

KEY KUZINGATIA MAANDIKO

"Kwa mapenzi ni sasa na mimi, lakini vipi kwa fanya nini ni nzuri Mimi fanya si kupata."

— Warumi 7:18

"Yangu neema ni kutosha kwa wewe, kwa Yangu nguvu ni imetengenezwa kamili katika udhaifu."

— 2 Wakorintho 12:9

"Kwa maana ndiye Mungu atendaye kazi ndani yenu, kutaka kwenu na kutenda kwenu, kwa ajili ya mema yake." raha."

— Wafilipi 2:13

"Hapana" moja kopo njoo kwa Mimi isipokuwa ya Baba WHO imetumwa Mimi kuchora yeye."

— Yohana 6:44

YA AUGUSTINE ALIYEISHI MUDA

Augustine alitaka kutii.

Hilo ndilo lilikuwa tatizo.

Yake akili ilikuwa ameshawishika. Yake dhamiri ilikuwa kuamka. Yake hamu kwa Mungu ilikuwa halisi. Hata hivyo wakati yeye alijaribu kwa mabadiliko, yeye imegunduliwa a chungu ukweli: **hamu peke yake haikutosha** .

Yeye inaweza jina nini ilikuwa sawa. Yeye inaweza eleza nini ilikuwa kweli. Angeweza kutamani utakatifu.

Lakini yeye inaweza si tengeneza mwenyewe bure.

Ya mapenzi alikuwa na ameamka—lakini nguvu alikuwa na si imefika.

Hapa ndipo waumini wengi hukata tamaa. Wanakosea kutokuwa na uwezo kuwa unafiki na kutokuwa na unafiki. Augustine alijifunza kitu. tofauti: hii wakati ilikuwa si kushindwa—ni ilikuwa **maandalizi** .

MAISHA SOMO

Nguvu ya Utashi haiwezi mazao mabadiliko.

Maandiko kamwe ahadi hiyo sisi mapenzi kutii kupitia nguvu ya azimio. Inaahidi kwamba Mungu Mwenyewe hufanya kazi ndani yetu—tamaa *na* uwezo wa kutii.

Ya wakati nguvu ya utashi inashindwa ni si ya mwisho ya ya safari. Ni ni mara nyingi mlango wa neema.

Neema ni si Mungu kusaidia wewe jaribu vigumu zaidi.

Neema ni Mungu kufanya katika wewe nini wewe haiwezi fanya mwenyewe.

Hadi sisi fikia ya mwisho ya sisi wenyewe, sisi mara nyingi kutoelewa neema.

KIOO MUDA (BINAFSI) TAFAKARI)

Kukaa kimya kimya na hizi maswali:

- Wapi kuwa na wewe alijaribu kwa kutii Mungu katika yako mwenyewe nguvu?
- Nini tabia au muundo ina kupinga yako bora zaidi juhudi?
- Je, umetafsiri udhaifu kama kutostahili badala ya mwaliko?

Kuwa waaminifu. Hii ni takatifu ardhi.

UTEKELEZAJI KWA UTII

Leo, simama kujaribu kwa shinda nini Mungu anataka kwa **kubeba** .

- Tambua moja eneo wapi wewe hisia kutokuwa na nguvu
- Sema hiyo kwa sauti kubwa kwa Mungu bila kujishtaki
- Omba hii sentensi polepole:

  "Bwana, Mimi haiwezi fanya hii bila Wewe."

Kisha pumzika. Neema kazi bora zaidi wapi kujitahidi vituo.

KIKUNDI MJADALA MASWALI

1. Kwa nini fanya sisi pinga kukubali udhaifu?
2. Jinsi gani hufanya juhudi binafsi kupotosha yetu uelewa ya neema?
3. Nini hufanya hiyo wastani kwa Mungu kwa kazi katika sisi zote mbili kwa mapenzi na kwa kufanya?

MAOMBI

Baba, Mimi kukiri hiyo Mimi kuwa na alijaribu kwa kutii Wewe na yangu mwenyewe nguvu. Mimi kuwa na kutegemewa imewashwa nguvu ya utashi wapi Mimi inahitajika neema.
Mimi kuleta Wewe yangu udhaifu—sio kama a udhuru, lakini kama a Nifanyie kile ambacho siwezi kufanya mwenyewe.
Amina.

UNABII TAMKO

Mimi fanya si tegemea imewashwa yangu mwenyewe nguvu. Mungu anafanya kazi ndani yangu.
Neema inatimiza kile ambacho nguvu ya utashi haikuweza . asubuhi kuwa kubadilishwa na Mungu nguvu.

KUJITOLEA KWA UTII

Leo, Mimi kutolewa juhudi binafsi.
Mimi tegemea kikamilifu imewashwa ya neema ya Mungu.
Mimi mapenzi ruhusu Mungu kwa kazi katika mimi—wote wawili kwa mapenzi na kwa fanya.

KUTAZAMA MBELE KWA SIKU SABA

Augustine mafanikio alifanya si njoo kupitia juhudi—hiyo alikuja kupitia **usumbufu** .

Kesho sisi mapenzi kukutana a kufafanua wakati:

Wakati Mungu anaongea, na upinzani kuanguka.

SIKU SABA

CHUKUA NA USOME: MUNGU ANAPOKATIZA MAPAMBANO

KEY KUZINGATIA MAANDIKO

"Yako neno ni a taa kwa yangu miguu na a mwanga kwa yangu njia."

— Zaburi 119:105

"Kwa ya neno ya Mungu ni kuishi na wenye nguvu... a mtambuzi ya ya mawazo na makusudi ya moyo."

— Waebrania 4:12

"Kwa hivyo kisha imani huja na kusikia, na kusikia na ya neno ya Mungu."

— Warumi 10:17

"Leo, ikiwa wewe mapenzi sikia Yake sauti, fanya si gumu mioyo yenu ."

— Waebrania 3:15

YA AUGUSTINE ALIYEISHI MUDA

Augustine alikuwa amefikia mwisho wake.

Hakuwa akijadili ukweli tena.

Yeye ilikuwa hapana ndefu zaidi kuahirisha utiifu.

Yeye ilikuwa hapana ndefu zaidi kujifanya nguvu yeye alifanya si kuwa nayo.

Alilia—si kwa sababu alimtilia shaka Mungu, bali kwa sababu hangeweza kujibadilisha .

Na kisha Mungu kuingiliwa.

Sio kwa radi.

Sio kwa hoja. Sio kwa
hoja. na maelezo. Kwa
sauti.

"Chukua na soma."

Ya amri ilikuwa rahisi. Ni inayotolewa hapana faraja, hapana mazungumzo, hakuna hoja. Ni alifanya si uliza Augustine kwa hisia tayari—pekee kwa jibu.

Neema hufanya si daima fika kama

Msaada. Wakati mwingine huja kama

mwelekeo .

MAISHA SOMO

Ushindi mara nyingi huja wakati kujitahidi mwisho.

Mungu Neno ni si tu taarifa—hiyo ni **kuingilia kati** . Maandiko haifundishi tu; huingilia msukosuko wa ndani na kurekebisha nia.

Augustine mapambano alifanya si mwisho kwa sababu yeye hatimaye alijaribu vigumu zaidi. Ni iliisha kwa sababu Mungu alizungumza, na Augustine alijibu.

Wakati Mungu anaongea, utiifu inakuwa inawezekana—sio kwa sababu nguvu inaonekana, lakini kwa sababu neema huamilisha.

KIOO MUDA (BINAFSI) TAFAKARI)

Kuwa bado na hizi maswali:

- Wapi kuwa na wewe kufikiwa ya mwisho ya yako mwenyewe nguvu?
- Nini rahisi maelekezo huenda Mungu tayari kuwa kutoa wewe?
- Je, wewe kusubiri kwa unafuu wakati Mungu ni kuuliza kwa jibu?

Fanya si kukimbilia. Sikiliza.

UTEKELEZAJI KWA UTII

Leo, ruhusu Mungu Neno kwa kukatiza wewe.

- Seti kando 15 dakika bila visumbufu
- Fungua Maandiko—sio kwa utafiti, lakini kwa **sikia**
- Uliza ya Mtakatifu Roho:
  "Nini?" ni Wewe kuuliza mimi kwa kufanya?

Wakati uwazi huja, kutenda—bila kuchelewa.

KIKUNDI MJADALA MASWALI

1. Kwa nini hufanya Mungu mara nyingi zungumza kwa urahisi katika maamuzi

nyakati?

2. Jinsi gani kopo Maandiko kazi kama usumbufu badala yake kuliko taarifa?

3. Nini huweka sisi kutoka kujibu mara moja wakati Mungu anaongea?

MAOMBI

Baba, Mimi asante Wewe hiyo Wewe zungumza wakati Mimi asubuhi dhaifu. Kukatiza yangu kujitahidi na Yako Neno.
Toa mimi masikio kwa sikia na ujasiri kwa kujibu. Mimi chagua utiifu wakati Wewe zungumza.
Amina.

UNABII TAMKO

Nasikia sauti ya Mungu .
Neno maelekezo yangu hatua.
Mapambano hutoa njia kwa utii.
Neema huwezesha yangu majibu.

KUJITOLEA KWA UTII

Leo, Mimi kujitolea kwa jibu wakati Mungu anaongea. Sitachelewesha au kujadiliana.
Mimi mapenzi kutii ya Neno Mimi kusikia.

KUTAZAMA MBELE KWA SIKU NANE

Kukatizwa kwa Augustine kulisababisha uamuzi ulisababisha **uamuzi** — lakini **kujinyima** .

Kesho sisi mapenzi kukabiliana ya gharama ya utii:

Nini lazima vuli mbali wakati neema inachukua shikilia?

SIKU NANE

NEEMA INAPOTAKA KUKATALIWA

KEY KUZINGATIA MAANDIKO

"Kama mtu yeyote matamanio kwa njoo baada ya Mimi, acha yeye kataa mwenyewe, na chukua juu yake msalaba kila siku, na fuata Mimi."

— Luka 9:23

"Weka" imezimwa, kuhusu yako wa zamani mwenendo, ya zamani mwanaume ambayo inakua rushwa kulingana na kwa ya mdanganyifu tamaa."

— Waefeso 4:22

"Lakini chochote vitu walikuwa faida kwa mimi, hizi Mimi kuwa na kuhesabiwa hasara kwa Kristo."

— Wafilipi 3:7–8

"Acha sisi lala kando kila uzito, na ya dhambi ambayo hivyo kwa urahisi mitego sisi."

— Waebrania 12:1

YA AUGUSTINE ALIYEISHI MUDA

Wakati neema hatimaye imevunjika kupitia, **Augustine ya Kiboko** alifanya si kwa urahisi kuhisi kusamehewa.

Yeye **imebadilishwa mwelekeo** .

Neema alifanya si kujadiliana na yake zamani maisha. Ni alifanya si ofa kuishi pamoja. Ni alidai kujikana. Augustine imeeleweka hiyo kujisalimisha maana zaidi ya makubaliano ya ndani—ilihitaji kutenganishwa dhahiri na mifumo, matamanio, na viambatisho hiyo inaweza hapana ndefu zaidi kubaki.

Hii ilikuwa si adhabu.

Ilikuwa ni mpangilio.

Neema alikuwa na huru yeye, lakini uhuru inahitajika kutolewa.

MAISHA SOMO

Neema hufanya si pekee uokoaji—hiyo maagizo mapya.

Kujinyima ni si ya bei sisi lipa kwa neema; hiyo ni ya **matunda** ya neema. Mungu anapoushika moyo, mambo fulani hayawezi kubaki mahali pake—si kwa sababu yanaonekana kuwa ya dhambi kila wakati, bali kwa sababu yanashindania mamlaka.

Kujinyima majibu moja swali waziwazi:

WHO ni katika chaji sasa?

Nini sisi kukataa kwa kutolewa hatimaye hupinga yetu utiifu.

KIOO MUDA (BINAFSI) TAFAKARI)

Kukaa kwa uaminifu na hizi maswali:

- Nini alifanya neema bure wewe kutoka hiyo wewe ni bado kushikilia kwenye?
- Je, kuna uhusiano wowote, tabia, au tamaa inayoshindana na mamlaka ya Mungu?
- Nini ina Mungu tayari iliyoangaziwa kama a "uzito," si tu a dhambi?

Fanya si kuhalalisha. Sikiliza.

UTEKELEZAJI KWA UTII

Leo, fanya mazoezi kwa makusudi kujikana.

- Tambua **moja kitu** Mungu ni kuuliza wewe kwa kutolewa
- Jina hiyo waziwazi kabla Yeye
- Chukua a yanayoonekana hatua kwa kujitenga kutoka hiyo

Kujinyima inakuwa halisi wakati hiyo ni alitenda juu.

KIKUNDI MJADALA MASWALI

1. Kwa nini hufanya kujinyima hisia kama hasara hata wakati hiyo vichwa kwa uhuru?
2. Jinsi gani kopo nzuri vitu kuwa uzito?
3. Nini ni ya tofauti kati ya kusimamia dhambi na kusulubiwa je, ni?

MAOMBI

Baba, Mimi asante Wewe kwa ya neema hiyo ina ilinifikia . Toa mimi ujasiri kwa kutolewa nini hapana ndefu zaidi ni mali katika yangu maisha. Ninachagua mpangilio badala ya kiambatisho.

Mimi kujisalimisha kikamilifu—sio kwa sehemu. Amina.

UNABII TAMKO

Neema inatawala yangu maisha.

Kila kushindana kiambatisho ni kupoteza yake shikilia.

Mimi tembea bure kwa sababu Mimi kuwa na iliyotolewa nini mara moja imefungwa mimi. Kristo pekee ndiye Bwana.

KUJITOLEA KWA UTII

Leo, Mimi kujinyima nini Mungu ina kutambuliwa. Sitashikamana na kile ambacho neema imekizidi . chagua uhuru kupitia kujisalimisha.

KUTAZAMA MBELE KWA SIKU TISA

Kujikana hujenga nafasi—lakini nafasi lazima **ijazwe** .

Kesho sisi mapenzi chunguza nini ifuatavyo kutolewa:

Nini hutokea wakati Mungu huanza kwa kupanga upya hamu na jenga taaluma mpya ?

SIKU TISA

MUNGU ANAPOAGIZA TAMAA NA KUJENGA TABIA MPYA

KEY KUZINGATIA MAANDIKO

"Furaha" wewe mwenyewe pia katika ya Bwana, na Yeye lazima toa wewe ya matamanio ya moyo wako."

— Zaburi 37:4

"Kuwa kubadilishwa na ya upya ya yako akili."

— Warumi 12:2

"Wale WHO mali kwa Kristo Yesu kuwa na kusulubiwa ya nyama na yake tamaa na matamanio."

— Wagalatia 5:24

"Nidhamu" wewe mwenyewe kwa ya kusudi ya utauwa."

— 1 Timotheo 4:7

YA AUGUSTINE ALIYEISHI MUDA

Baada ya kujikana, **Augustine ya Kiboko** hakudhani vita vimekwisha .

Neema alikuwa na huru yeye—lakini uhuru alikuwa na kwa kuwa **imeundwa** .

Ya zamani matamanio alifanya si kutoweka usiku kucha. Ya tofauti ilikuwa hiyo wao tena ilitawala. Augustine imeeleweka hiyo Mungu hufanya si tu ondoa tamaa ya dhambi; Anapanga **upya upendo** . Kile kilichokuwa kinatawala moyo hapo awali kinahamishwa na kitu kubwa zaidi.

Hii kupanga upya inahitajika nia. Augustine kukumbatiwa sala, Maandiko, na midundo yenye nidhamu—sio kama wajibu wa kidini, bali kama njia za neema kuunda silika mpya.

Uhuru ilikuwa sasa kuwa mafunzo.

MAISHA SOMO

Mungu hubadilisha sisi na umbo jipya nini sisi upendo.

Tamaa haipotei—inaelekezwa. Maisha ya Kikristo si kukandamiza hamu, bali ni kukuza upendo mtakatifu. Kinachoteka moyo hatimaye hutawala tabia.

Tabia mpya si majaribio ya kupata neema.

ni majibu kwa neema.

Nidhamu huunda nafasi kwa hamu kwa mabadiliko.

KIOO MUDA (BINAFSI) TAFAKARI)

Tafakari kwa maombi:

- Nini matamanio ina Mungu tayari imeanza kwa zamu katika wewe?
- Ambayo zamani tabia ni hapana ndefu zaidi uamuzi, lakini bado kuwasilisha?
- Nini mpya mazoea inaweza kuimarisha yako mpangilio na Mungu?

Fanya si dharau ndogo mwanzo. Uundaji ni taratibu.

UTEKELEZAJI KWA UTII

Leo, kuanzisha **moja takatifu tabia** .

Chagua moja:

- A seti wakati kwa sala
- Kila siku Maandiko kusoma
- Ukimya na tafakari
- Kusudi uwajibikaji

Kujitolea kwa hiyo kwa ya inayofuata saba siku—sio kikamilifu, lakini kwa uaminifu.

KIKUNDI MJADALA MASWALI

1. Kwa nini hufanya nidhamu hisia vikwazo kabla hiyo hisia kuachilia huru?
2. Jinsi gani fanya tabia umbo hamu baada ya muda?
3. Nini mazoea kuwa na zaidi imesaidia wewe kubaki iliyopangwa na Mungu?

MAOMBI

Baba, asante Wewe kwa kuachilia mimi na Yako neema.

Fundisha mimi kwa mapenzi nini Wewe upendo.
Panga upya matamanio yangu na ufundishe silika zangu kuelekea utauwa. Jenga tabia katika yangu maisha hiyo weka mimi iliyopangwa na Wewe.
Amina.

UNABII TAMKO

Yangu matamanio ni kuwa mpangilio mpya na Mungu. Ninafurahi katika Bwana kuliko yote.
Tabia mpya zinajitokeza zinazoimarisha imani yangu. Ninabadilishwa kila siku.

KUJITOLEA KWA UTII

Leo, Mimi kujitolea kwa nidhamu mpangilio.
Mimi mapenzi kulima tabia hiyo lisha yangu kujitolea kwa Mungu. Ninachagua malezi badala ya uzoefu.

KUTAZAMA MBELE KWA SIKU KUMI

Kama Augustine matamanio walikuwa kupangwa upya, Mungu ilianza kwa **amini yeye na uwajibikaji** .

Kesho sisi mapenzi chunguza a mtulivu ukweli:
Uhuru ni si ya mwisho—usimamizi ifuatavyo neema.

SIKU KUMI

NEEMA INAPOWEKA UWAJIBIKAJI

KEY KUZINGATIA MAANDIKO

"Kwa nani sana ni kupewa, kutoka yeye sana mapenzi kuwa inahitajika."

— Luka 12:48

"Zaidi ya hayo hiyo ni inahitajika katika wasimamizi hiyo moja kuwa kupatikana mwaminifu."

— 1 Wakorintho 4:2

"Kuwa watendaji ya ya neno, na si wasikilizaji pekee."

— Yakobo 1:22

"Sisi ni mabalozi kwa Kristo."

— 2 Wakorintho 5:20

YA AUGUSTINE ALIYEISHI MUDA

Kama neema mpangilio mpya yake matamanio na imetulia yake utiifu, **Augustine ya Hippo** iliingia msimu mpya.

Mungu ilianza kwa **amini yeye na uwajibikaji** .

Augustine hakutafuta ushawishi. Alitafuta uaminifu. Lakini uwajibikaji ulifuata mabadiliko. Maneno yake yalikuwa na uzito. Mwenendo wake ulizingatiwa. Utiifu wake ulianza kuwaathiri wengine.

Neema haikuwa imemwokoa tu,
bali ilikuwa imemweka katika
hali nzuri.

Mabadiliko haya yalikuwa ya kutatanisha. Augustine alielewa kwamba uhuru haukuwa ruhusa kwa moja kwa moja kwa kawaida—ni ilikuwa a simu kwa moja kwa moja **kwa uangalifu** . Yake maisha ilikuwa hapana Ilikuwa ya faragha zaidi . Ilikuwa ikisomwa.

MAISHA SOMO

Neema daima vichwa kwa usimamizi.

Mungu hufanya si bure sisi hivyo sisi kopo kurudi kwa kujiongoza kuishi. Yeye huru sisi ili tuweze kumwakilisha vyema. Kila karama ya neema hubeba jukumu—iwe linaonekana au limefichwa.

Wajibu si shinikizo. Ni uaminifu.

Mungu anapokabidhi majukumu, Yeye hadai ukamilifu— Anaomba **uaminifu** .

KIOO MUDA (BINAFSI) TAFAKARI)

Tafakari kwa uaminifu:

- Wapi ina Mungu tayari waliokabidhiwa wewe na ushawishi?
- WHO ni walioathiriwa na yako utiifu au kutotii?
- Kuwa na wewe kutibiwa neema kama unafuu badala yake ya uwajibikaji?

Acha hizi maswali utafutaji yako moyo.

UTEKELEZAJI KWA UTII

Leo, tambua **moja eneo ya usimamizi** katika yako maisha. Huenda ikawa:

- A uhusiano
- A jukumu
- A zawadi
- A ushuhuda

Uliza Mungu:

"Vipi kopo Mimi kuwakilisha Wewe kwa uaminifu hapa?"

Kisha chukua moja makusudi kitendo hiyo huakisi Kristo.

KIKUNDI MJADALA MASWALI

1. Kwa nini fanya sisi wakati mwingine pinga uwajibikaji baada ya uhuru?
2. Jinsi gani hufanya usimamizi tofauti kutoka shinikizo?
3. Nini hufanya hiyo wastani kwa moja kwa moja kama a inayoonekana mwakilishi ya Kristo?

MAOMBI

Baba, asante Wewe kwa ya neema hiyo ina imebadilishwa mimi. Fundisha mimi kwa kubeba uwajibikaji na unyenyekevu na uaminifu. Msaada mimi kuwakilisha Wewe vizuri katika kila mahali Wewe kuwa na waliokabidhiwa kwa mimi. Mimi chagua usimamizi juu urahisi.

Amina.

UNABII TAMKO

Mimi asubuhi a mwaminifu msimamizi ya Mungu neema.
Maisha yangu yanamdhihirisha Kristo popote nilipopandwa. Wajibu huimarisha utii wangu.
Mimi moja kwa moja kama a balozi ya Kristo.

KUJITOLEA KWA UTII

Leo, Mimi kujitolea kwa mwaminifu usimamizi.
Mimi mapenzi moja kwa moja makusudi, kujua yangu maisha ni soma na wengine. Mimi chagua uaminifu katika nini Mungu ina waliokabidhiwa kwa mimi.

KUTAZAMA MBELE KWA SIKU KUMI NA MOJA

Kama uwajibikaji kuongezeka, Augustine imegunduliwa a mpya changamoto:

Jinsi gani fanya wewe kubaki mnyenyekevu wakati ushawishi inakua?

Kesho sisi mapenzi kukabiliana a hila hatari:

Wakati manufaa kutishia utegemezi imewashwa Mungu.

SIKU KUMI NA MOJA

THE HATARI YA MATUMIZI BILA UTEGEMEAJI

KEY KUZINGATIA MAANDIKO

"Bila Mimi wewe kopo fanya hakuna kitu."

— Yohana 15:5

"Acha yeye WHO anadhani yeye vibanda chukua sikiliza lesbian yeye kuanguka."

— 1 Wakorintho 10:12

"Sisi kuwa na hii hazina katika udongo vyombo, hiyo ya ubora ya ya nguvu inaweza kuwa ya Mungu na si ya sisi."

— 2 Wakorintho 4:7

"Sio hiyo sisi ni kutosha ya sisi wenyewe... lakini yetu utoshelevu ni kutoka Mungu."

— 2 Wakorintho 3:5

YA AUGUSTINE ALIYEISHI MUDA

Kama uwajibikaji kuongezeka, **Augustine ya Kiboko** ikawa manufaa zaidi .

Watu alisikiliza.

Maisha walikuwa

umbo. Ukweli

ilikuwa

imefafanuliwa.

Na hiyo ilikuwa kwa usahihi ya hatari.

Augustine alielewa kwamba manufaa yanaweza kuchukua nafasi ya utegemezi kimya kimya ikiwa uangalifu utapotea. Zawadi zile zile ambazo Mungu hutoa zinaweza kuwa mbadala wa Mungu Mwenyewe. Ushawishi unaweza kupunguza kukata tamaa. Kujua ukweli kunaweza kupunguza njaa ya neema.

Augustine kupinga hii kuteleza makusudi. Yeye kukumbukwa pia waziwazi ambaye alikuwa bila neema. Alikataa kuamini ufahamu wake zaidi ya uwepo wa Mungu.

Ufaidi haukumvutia. Utegemezi
ulimfanya awe imara.

MAISHA SOMO

Mungu matamanio utegemezi zaidi kuliko manufaa.

Uzaaji bila utegemezi ni isiyoweza kudumu. Maandiko hufundisha kwamba tawi halizai matunda kwa juhudi, bali kwa kubaki limeunganishwa na mzabibu.

Ufanisi inakuwa hatari wakati:

- Sisi tegemea imewashwa zawadi badala yake ya neema
- Sisi mbadala shughuli kwa ukaribu
- Sisi uaminifu uzoefu zaidi kuliko Mungu

Utegemezi huweka njia wazi. Bila hivyo, hata matendo mema huwa tupu.

KIOO MUDA (BINAFSI) TAFAKARI)

Tafakari kwa uangalifu:

- Wapi ina Mungu imetengenezwa wewe ufanisi au yenye matunda?
- Ina ufanisi kupunguzwa yako hisia ya hitaji kwa Mungu?
- Je, wewe kutegemea imewashwa yaliyopita kukutana badala yake ya sasa utegemezi?

Acha hizi maswali rekebisha upya yako moyo.

UTEKELEZAJI KWA UTII

Leo, mazoezi **makusudi utegemezi** .

- Sitisha kabla kila kazi muhimu
- Kiri Mungu kwa maneno:
  "Bwana, Mimi hitaji Wewe kwa hii."
- Taka kwa tegemea pekee imewashwa

uzoefu au Utegemezi wa ujuzi ni si udhaifu—

ni ni hekima.

KIKUNDI MJADALA MASWALI

1. Kwa nini hufanya manufaa mara nyingi kudhoofisha utegemezi?
2. Jinsi gani kopo kiroho mafanikio tengeneza kiroho udhaifu?
3. Nini mazoea msaada kudumisha ukaribu na Mungu katikati ya uwajibikaji?

MAOMBI

Baba, Mimi kukiri hiyo Mimi wakati mwingine tegemea imewashwa nini Wewe kuwa na kupewa mimi badala ya Wewe.

Rejesha yangu utegemezi.

Fundisha mimi kwa kubaki imeunganishwa kwa Wewe katika yote mambo. Ninachagua urafiki wa karibu kuliko uhuru.

Amina.

UNABII TAMKO

Mimi kubaki tegemezi imewashwa Mungu.

Yangu utoshelevu ni si katika yangu uwezo lakini katika Yake neema. Matunda hutoka kwa urafiki wa karibu, si juhudi.

Mimi endelea katika Kristo kila siku.

KUJITOLEA KWA UTII

Leo, Mimi kujitolea kwa kudumu katika Kristo.

Mimi mapenzi si uaminifu yangu manufaa zaidi kuliko Mungu uwepo. Mimi chagua utegemezi katika kila hatua ya kuzaa matunda.

KUTAZAMA MBELE KWA SIKU KUMI NA MBILI

Kama Augustine ilibaki tegemezi, Mungu kuruhusiwa yeye kwa uso kitu chenye kina zaidi kuliko manufaa au kushindwa:

Marekebisho.

Kesho sisi mapenzi kukabiliana a usafishaji ukweli:

Jinsi gani hufanya a mwaminifu mtumishi kupokea marekebisho bila upinzani?

SIKU KUMI NA MBILI

MUNGU ANAPOWASAHIHISHA WALE ANAOWAAMINI

KEY KUZINGATIA MAANDIKO

"Kwa nani ya Bwana anapenda Yeye anaadhibu, na mijeledi kila Mwana ambaye Yeye anampokea."

— Waebrania 12:6

"Kama nyingi kama Mimi upendo, Mimi kemeo na kuadhibu. Kwa hivyo kuwa mwenye bidii na toba."

— Ufunuo 3:19

"Acha a mwenye haki mwanaume mgomo mimi; hiyo lazima kuwa a wema."

— Zaburi 141:5

"Kila andiko, lenye pumzi ya Mungu, lafaa kwa mafundisho, na kwa karipio, kwa marekebisho, kwa maelekezo katika uadilifu."

— 2 Timotheo 3:16

YA AUGUSTINE ALIYEISHI MUDA

Kadiri **Augustine wa Hippo** alivyozidi kuwa na ushawishi na uwajibikaji, Mun hakuondoa marekebisho maishani mwake.

Yeye **imeongezeka hiyo** .

Marekebisho alikuja kupitia

Maandiko. Kupitia sauti

zinazoaminika.

Kupitia hali hiyo wazi kipofu madoa.

Augustine hakutafsiri marekebisho kama kukataliwa. Aliyatambua kama **ushahidi ya uaminifu** . Mungu hurekebisha nini Yeye inakusudia kwa endelea. Yeye taaluma kile anachopanga kutumia.

Badala ya kupinga, Augustine aliegemea.

Marekebisho alifanya si punguza yake

mamlaka. Iliiboresha.

MAISHA SOMO

Marekebisho ni a ishara ya uana, si kushindwa.

Wale ambao Mungu huwaacha bila kurekebishwa hawako tayari—wanawekwa kushoto peke yake. Maandiko hufanya hiyo wazi: marekebisho ni uthibitisho ya uhusiano.

Kiroho ukomavu ni si imefichuliwa na ya kutokuwepo ya marekebisho, lakini na ya **majibu** kwa hiyo.

Marekebisho hunyenyekeza kiburi, hunoa utambuzi, na huhifadhi matunda.

KIOO MUDA (BINAFSI) TAFAKARI)

Tafakari kwa uaminifu:

- Jinsi gani fanya wewe kwa kawaida jibu kwa marekebisho?
- Fanya wewe kupokea kemeo kwa kujilinda au kwa busara?
- Ina Mungu imekuwa kuangazia a eneo hiyo inahitaji marekebisho?

Fanya si kukimbilia yaliyopita kusadiki. Pokea hiyo kama upendo.

UTEKELEZAJI KWA UTII

Leo, mazoezi **uwezo wa kufundishika** .

- Mwaliko Mungu kwa utafutaji yako moyo (Zaburi 139:23–24)
- Sikiliza kwa uangalifu kwa Maandiko na ushauri
- Kama marekebisho ni wazi, jibu bila kuchelewa

Marekebisho dubu matunda wakati hiyo ni alitenda juu.

KIKUNDI MJADALA MASWALI

1. Kwa nini hufanya marekebisho hisia kutishia kwa ya ubinafsi?
2. Jinsi gani kopo marekebisho hifadhi muda mrefu kuzaa matunda?
3. Nini hutofautisha mcha Mungu marekebisho kutoka hukumu?

MAOMBI

Baba, asante Wewe kwa upendo mimi kutosha kwa sahihi

mimi. Ondoa kujilinda kutoka yangu moyo.
Fundisha mimi kwa kupokea maelekezo na unyenyekevu na shukrani.

Umbo mimi ndani a chombo Wewe
kopo amini. Amina.

UNABII TAMKO

Mimi kupokea Mungu marekebisho na Unyenyekevu. Marekebisho hunisafisha; hayanikatai.

Mimi kukua imara zaidi kupitia Mungu upendo nidhamu. Ninabaki kuwa rahisi kufundishika mbele za Bwana.

KUJITOLEA KWA UTII

Leo, nimejitolea kupokea marekebisho bila upinzani .
mapenzi jibu haraka wapi Mungu wafungwa mimi.
Mimi chagua ukuaji juu kiburi.

KUTAZAMA MBELE KWA SIKU KUMI NA TATU

Kama Augustine imewasilishwa kwa marekebisho, Mungu ilianza kwa ongeza kina kitu muhimu kwa uongozi na maisha marefu:

Huruma.

Kesho sisi mapenzi chunguza:

Jinsi gani kuvunjika inakuwa a chanzo ya upole badala yake kuliko uchungu.

SIKU KUMI NA TATU

KUTOKA UVUNJAJI KWA HURUMA

KEY KUZINGATIA MAANDIKO

"Heri" ni ya mwenye rehema, kwa wao lazima pata rehema."

— Mathayo 5:7

"Wafarijini wale walio katika dhiki yoyote kwa faraja tunayopokea kutoka kwa Mungu."

— 2 Wakorintho 1:4

"Kumbuka" hizo WHO ni imefungwa, kama ikiwa imefungwa na wao."

— Waebrania 13:3

"A" aliyejeruhiwa mwanzi Yeye mapenzi si mapumziko.

— Isaya 42:3

YA AUGUSTINE ALIYEISHI MUDA

Kama **Augustine ya Kiboko** kukomaa katika imani, kitu kimya lakini makubwa yalitokea.

Yake yaliyopita kusimamishwa kushtaki yeye—na ilianza **kuagiza yeye** .

Augustine hakusahau alikuwa nani. Aliruhusu neema itafsiri upya hadithi yake. Kushindwa huko huko ambako hapo awali kulileta aibu sasa kulileta huruma . sawa mapambano hiyo mara moja mtumwa yeye sasa imesaidia yeye tambua maumivu katika zingine.

Alirekebisha makosa bila ukatili .

kukabiliwa dhambi bila dharau.

Aliwaongoza wanyonge bila subira. Kuvunjika

moyo, kuponywa na neema, ikawa huruma.

MAISHA SOMO

Kuponywa kuvunjika hutoa upole, si ubora.

Mungu hufanya si kufuta yetu yaliyopita; Yeye hukomboa hiyo. Wakati kuvunjika ni imewasilishwa kwa neema, hiyo inakuwa a daraja badala yake kuliko a kizuizi. Huruma ni kuzaliwa si kutoka mbali, lakini kutoka kwa ukumbusho.

Hizo WHO sahau wapi wao walikuwa kuokolewa kutoka mara nyingi kupoteza uvumilivu na wengine.

Hizo WHO kumbuka kuwa mpole bila kuwa ruhusa.

KIOO MUDA (BINAFSI) TAFAKARI)

Tafakari kwa maombi:

- Nini sehemu ya yako yaliyopita ina Mungu tayari kukombolewa?
- Wapi huenda yako kuponywa majeraha kuwa maana kwa kuhudumia wengine?
- Fanya wewe sahihi wengine na uvumilivu au kuchanganyikiwa?

Uliza Mungu kwa panga yako moyo na Yake.

UTEKELEZAJI KWA UTII

Leo, mazoezi **makusudi huruma** .

- Tambua moja mtu WHO ni kujitahidi
- Jibu na uvumilivu badala yake kuliko hukumu
- Ofa uwepo, sala, au kutia moyo

Acha neema mtiririko nje kama hiyo mara moja mtiririko kwa wewe.

KIKUNDI MJADALA MASWALI

1. Jinsi gani kopo kukumbuka yetu yaliyopita linda sisi kutoka kiroho kiburi?
2. Nini ni ya tofauti kati ya huruma na maelewano?
3. Jinsi gani hufanya Mungu tumia yetu hadithi kwa kuhudumia wengine?

MAOMBI

Baba, asante Wewe kwa kukomboa yangu kuvunjika. Fundisha mimi kwa kupanua ya sawa rehema Mimi kuwa na Unilinde moyo wangu kutokana na ukali.

Acha huruma mtiririko kupitia mimi kama ushahidi ya Yako neema. Amina.

UNABII TAMKO

Yangu moyo huakisi ya rehema ya Mungu.

Neema ina kubadilishwa yangu kuvunjika ndani huruma.

Mimi jibu kwa wengine na uvumilivu na upendo.

Ya rehema Mimi kuwa na imepokelewa, Mimi kwa uhuru kutoa.

KUJITOLEA KWA UTII

Leo, Mimi kujitolea kwa kutembea kwa huruma.

Mimi mapenzi si sahau wapi Mungu kuokolewa mimi kutoka. Mimi chagua upole umbo na ukweli.

KUTAZAMA MBELE KWA SIKU KUMI NA NNE

Kama huruma imezama zaidi, Augustine kukumbana a mpya mvutano: **Jinsi gani fanya wewe mapenzi watu kwa undani bila kupoteza uwazi ya ukweli?** Kesho tutachunguza: **Kushikilia ukweli na mapenzi bila maelewano.**

SIKU UKWELI KUMI NA NNE IMESEMWA

NDANI MAPENZI

KEY KUZINGATIA MAANDIKO

"Kuzungumza" ya ukweli katika upendo, sisi huenda kukua juu katika yote vitu ndani Yeye aliye kichwa—Kristo."

— Waefeso 4:15

"Acha yako hotuba daima kuwa na neema, viungo na chumvi."

— Wakolosai 4:6

"Mwaminifu" ni ya majeraha ya a rafiki."

— Mithali 27:6

"The hekima hiyo ni kutoka hapo juu ni kwanza safi, kisha amani, mpole."

— Yakobo 3:17

YA AUGUSTINE ALIYEISHI MUDA

Kama **Augustine ya Kiboko** kukomaa, yeye ilikuwa inazidi kuongezeka kuitwa kwa kukabiliana na hitilafu, mkanganyiko, na dhambi—zote mbili katika watu binafsi na katika ya Kanisa.

Alijua hatari ya ukweli mkali. pia alijua ya hatari ya kimya upendo.

Augustine alikuwa na aliishi imewashwa zote mbili pande. Yeye alikuwa na mara moja imekuwa imerekebishwa bila huruma na alikuwa na kupinga hiyo. Sasa, umbo na neema, yeye kujifunza kwa zungumza ukweli katika a njia hiyo walioalikwa toba badala yake kuliko kujilinda.

Yeye alifanya si punguza uzito ukweli kwa hifadhi amani.

Yeye alifanya si silaha ukweli kwa dai udhibiti. Yeye alizungumza kama moja WHO alikuwa na imekuwa amepona.

MAISHA SOMO

Ukweli na upendo si kinyume; ni washirika. Ukweli bila upendo unakuwa ukatili.

Upendo bila ukweli inakuwa maelewano.

Kiroho ukomavu ni imefichuliwa si na kuepuka ngumu mazungumzo, lakini kwa **jinsi** tunavyowashirikisha. Maandiko yanafundisha kwamba ukuaji hutokea wakati ukweli unasemwa kwa unyenyekevu, uvumilivu, na kujali kweli kwa ajili ya urejesho wa mtu mwingine.

Upendo huamua **sauti** .

Ukweli huamua **mwelekeo** .

KIOO MUDA (BINAFSI) TAFAKARI)

Tafakari kwa uaminifu:

- Fanya wewe epuka ukweli kwa weka amani?
- Au fanya wewe zungumza ukweli bila heshima kwa huruma?
- Jinsi gani hufanya yako toni tafakari yako moyo?

Mwaliko Mungu kwa utafutaji zote mbili yako maneno na nia zako .

UTEKELEZAJI KWA UTII

Leo, mazoezi **mkweli upendo** .

- Tambua moja mazungumzo wewe kuwa na kuepukwa au imeshughulikiwa vibaya
- Omba kwa unyenyekevu na uwazi
- Kama inayofaa, chukua moja hatua kuelekea waaminifu, mazungumzo ya neema

Fanya si lengo kwa kushinda. Lengo kwa kurejesha.

KIKUNDI MJADALA MASWALI

1. Kwa nini ni hiyo vigumu kwa shikilia ukweli na mapenzi pamoja?
2. Jinsi gani hufanya hofu ushawishi yetu mawasiliano?
3. Nini hutofautisha mcha Mungu marekebisho kutoka binafsi ukosoaji?

MAOMBI

Baba, fundisha mimi kwa zungumza ukweli kama Wewe fanya.

Ondoa ukali kutoka yangu maneno na hofu kutoka yangu utii.

Acha mapenzi umbo yangu toni na ukweli mwongozo yangu ujumbe.

Tumia yangu maneno kwa ponya, si

madhara. Amina.

UNABII TAMKO

Yangu maneno tafakari ya moyo ya Kristo. Ninasema ukweli kwa upendo na uwazi.

Mungu matumizi yangu sauti kwa kuleta urejesho.

Mimi kukua katika ukomavu kupitia mtiifu mawasiliano.

KUJITOLEA KWA UTII

Leo, Mimi kujitolea kwa kuzungumza ukweli katika upendo.

Sitaepuka uaminifu au kuacha huruma.

Ninachagua mawasiliano kama ya Kristo.

KUTAZAMA MBELE KWA SIKU KUMI NA TANO

Kama Augustine iliendelea kwa risasi, yeye inakabiliwa mwingine changamoto:

Nini hutokea wakati utiifu gharama sifa, faraja, au usalama?

Kesho sisi mapenzi chunguza:

Kuhesabu ya gharama bila kurudi nyuma kutoka uaminifu.

SIKU KUMI NA TANO

THE GHARAMA YA MWAMINIFU UTII

KEY KUZINGATIA MAANDIKO

"Yeyote yule hufanya si dubu yake msalaba na njoo baada ya Mimi haiwezi kuwa Yangu mwanafunzi."

— Luka 14:27

"Ndiyo, na yote WHO hamu kwa moja kwa moja mcha Mungu katika Kristo Yesu mapenzi kuteseka mateso."

— 2 Timotheo 3:12

"Acha sisi nenda mbele kwa Yeye, nje ya kambi, fani Yake lawama."

— Waebrania 13:13

"Kwa nini mapenzi hiyo faida a mwanaume ikiwa yeye faida ya nzima dunia, na hupoteza yake nafsi yake mwenyewe ?"

— Marko 8:36

YA AUGUSTINE ALIYEISHI MUDA

Kama **Augustine ya Kiboko** alikua katika uaminifu, utii ulianza kumgharimu zaidi ya juhudi.

Ni gharama yeye faraja. Ilimgharimu urahisi.

Ni gharama yeye idhini.

Kusimama kwa ajili ya ukweli kulileta upinzani. Kuchunga kwa uaminifu kulileta kutoelewana. Kukataa maelewano walioalikwa ukosoaji. Augustine alijifunza hilo utiifu hufanya si daima risasi kwa makofi—mara nyingi, hiyo vichwa kwa kujitenga.

Hata hivyo yeye alifanya si mapumziko.

Yeye alikuwa na tayari kujifunza hiyo maelewano gharama zaidi kuliko utiifu itafanya hivyo milele .

MAISHA SOMO

Utiifu daima hubeba a gharama—lakini kutotii gharama zaidi.

Yesu kamwe imefichwa ya bei ya ufuasi. Ya simu kwa fuata Yeye inajumuisha nia kwa kupoteza nini haiwezi kuwa imehifadhiwa katika agizo kwa faida nini haiwezi kuwa waliopotea.

Mwaminifu utiifu majaribio nini sisi kweli thamani:

- Sifa au uadilifu
- Faraja au kupiga simu
- Kukubalika au utii

Wakati utiifu inakuwa gharama kubwa, hiyo hufunua WHO sisi kuhudumia.

KIOO MUDA (BINAFSI) TAFAKARI)

Tafakari kwa uaminifu:

- Wapi ina utiifu tayari gharama wewe kitu?
- Nini hasara ni wewe zaidi hofu ya kama wewe fuata Mungu kikamilifu?
- Kuwa na wewe milele kuepukwa utiifu kwa linda faraja au sifa?

Acha hizi maswali uso ukweli bila hofu.

UTEKELEZAJI KWA UTII

Leo, kubali ya gharama—lakini chagua utiifu hata hivyo.

- Tambua moja eneo wapi utiifu hisia ghali
- Jina ya hofu imeambatanishwa kwa hiyo
- Kujisalimisha hiyo hofu kwa Mungu makusudi

Uaminifu hukua wakati utiifu ni kuchaguliwa licha ya gharama.

KIKUNDI MJADALA MASWALI

1. Kwa nini fanya sisi tarajia utiifu kwa kuwa rahisi?
2. Jinsi gani hufanya hofu ya hasara umbo yetu maamuzi?
3. Nini husaidia waumini vumilia ya gharama ya uaminifu?

MAOMBI

Baba, Mimi kukiri hiyo Mimi wakati mwingine hofu ya gharama ya utiifu. Imarisha azimio langu la kukufuata bila kujali gharama. Nisaidie mimi thamani uaminifu hapo juu faraja. Mimi chagua utii kwa Wewe hapo juu yote vinginevyo. Amina.

UNABII TAMKO

Mimi chagua utiifu juu faraja. Ya gharama ya uaminifu mapenzi si kuzuia mimi. Mungu ni yangu zawadi, si idhini kutoka wengine. Ninamfuata Kristo kikamilifu.

KUJITOLEA KWA UTII

Leo, Mimi kujitolea kwa mwaminifu utiifu. Sitarudi nyuma wakati utii unapokuwa ghali . chagua ya msalaba juu maelewano.

KUTAZAMA MBELE KWA SIKU KUMI NA SITA

Kama Augustine kuvumilia ya gharama ya utiifu, Mungu kuimarishwa yeye na kitu muhimu:

Uvumilivu.

Kesho sisi mapenzi chunguza:

Jinsi gani uaminifu ni endelevu wakati utiifu inakuwa a ndefu barabara.

SIKU KUMI NA SITA
THE NEEMA KWA VUMILIA

KEY KUZINGATIA MAANDIKO

"Acha sisi kukimbia na uvumilivu ya mbio hiyo ni seti kabla sisi."

— Waebrania 12:1

"Yeye WHO huvumilia kwa ya mwisho lazima kuwa kuokolewa."

— Mathayo 24:13

"Na acha sisi si kukua uchovu wakati kufanya nzuri, kwa katika inadaiwa msimu sisi atavuna ikiwa sisi fanya si kupoteza moyo."

— Wagalatia 6:9

"Kuwa mwaminifu hadi kifo, na Mimi mapenzi toa wewe ya taji ya maisha."

— Ufunuo 2:10

YA AUGUSTINE ALIYEISHI MUDA

Utii haukuwa rahisi zaidi kadri muda ulivyopita kwa **Augustine ya Kiboko** . Akawa **mrefu zaidi** .

Ya mapema nguvu ya kujisalimisha alitoa njia kwa kila siku uaminifu. Hapo Hakukuwa na mabadiliko makubwa—ila uthabiti. Kufundisha. Kuchunga. Kurekebisha. Kuomba. Kuvumilia.

Augustine kujifunza hiyo mabadiliko ni si endelevu na shauku peke yake. Ni endelevu na **inayowezeshwa na neema uvumilivu** .

Hapo walikuwa siku ya uchovu. Siku wakati upinzani waliona nzito. Siku wakati maendeleo ilionekana polepole. Hata hivyo Augustine ilibaki—sio kwa sababu yeye ilikuwa imara, lakini kwa sababu Mungu alikuwa mwaminifu.

MAISHA SOMO

Uvumilivu ni neema iliyoonyeshwa juu wakati.

Waumini wengi huanza vizuri lakini huchoka wakati utii unaporudiwa - rudiwa na isiyoonekana. Maandiko vikumbusho sisi hiyo uvumilivu ni si hiari— ni muhimu.

Mungu hufanya si uliza sisi kwa kuwa
Anatuomba tuwe waaminifu.

Uvumilivu ni si mkaidi juhudi; hiyo ni iliendelea utegemezi imewashwa neema wakati nguvu inapopungua.

KIOO MUDA (BINAFSI) TAFAKARI)

Tafakari kwa uaminifu:

- Wapi kuwa na wewe mzima uchovu katika utii?
- Nini uaminifu hisia bila kutambuliwa au bila zawadi?
- Kuwa na wewe makosa polepole kwa kushindwa?

Acha Mungu fremu mpya yako mtazamo.

UTEKELEZAJI KWA UTII

Leo, toa ahadi tena kwa **thabiti uaminifu** .

- Tambua moja eneo wapi wewe kuwa na waliona uchovu au kukata tamaa
- Lete hiyo kabla Mungu kwa uaminifu
- Chagua kwa endelea—bila kusubiri kwa upya hisia

Uvumilivu mara nyingi hutangulia upya.

KIKUNDI MJADALA MASWALI

1. Kwa nini ni uvumilivu vigumu zaidi kuliko kuanzia vizuri?
2. Jinsi gani hufanya uvumilivu umbo kiroho ukomavu?
3. Nini mazoea msaada waumini kubaki mwaminifu juu wakati?

MAOMBI

Baba, Mimi kukiri hiyo Mimi wakati mwingine kukua uchovu
katika kufanya nzuri. Imarisha mimi na Yako neema kwa
vumilia.

Fundisha mimi kwa uaminifu ya mchakato Wewe ni kufanya kazi katika yangu maisha.

Mimi chagua uaminifu juu hisia.

Amina.

UNABII TAMKO

Mimi kukimbia yangu mbio
na uvumilivu. Mungu neema
hudumisha mimi kila siku.
Mimi fanya si kukua uchovu au kupoteza moyo.
Mimi kumaliza nini Mungu ina waliokabidhiwa kwa mimi.

KUJITOLEA KWA UTII

Leo, Mimi kujitolea kwa uvumilivu.
Mimi mapenzi kubaki mwaminifu hata wakati
maendeleo hisia polepole. Mimi uaminifu Mungu
muda na Yake kazi katika mimi.

KUTAZAMA MBELE KWA SIKU KUMI NA SABA

Kama uvumilivu imezama zaidi, Augustine kujifunza mwingine muhimu ukweli:

Uaminifu hufanya si kuondoa kiroho upinzani.

Kesho sisi mapenzi chunguza:

Jinsi gani kwa stendi imara wakati upinzani huzidi.

SIKU KUSIMAMA KWA MIAKA KUMI NA SABA KAMPUNI

CHINI YA SHINIKIZO

KEY KUZINGATIA MAANDIKO

"Kuwa mwenye kiasi, kuwa kuwa macho; kwa sababu yako adui ya shetani matembezi kama simba angurumaye."

— 1 Petro 5:8

"Kuwa na imekamilika wote, kwa simama."

— Waefeso 6:13

"Katika ya ulimwengu wewe mapenzi kuwa na dhiki; lakini kuwa ya nzuri shangwe, Mimi wameushinda ulimwengu."

— Yohana 16:33

"Pinga" ya shetani na yeye mapenzi kimbia kutoka wewe."

— Yakobo 4:7

YA AUGUSTINE ALIYEISHI MUDA

Kadiri **Augustine wa Hippo** alivyoendelea kuwa mwaminifu, upinzani haukufifia— **ulibadilika umbo** .

Hapo walikuwa nje shinikizo: ukosoaji, kutokuelewana, upinzani kwa ukweli.

Kulikuwa na shinikizo la ndani: uchovu, kukata tamaa, kishawishi cha kulainika kusadiki.

Augustine alijifunza kwamba upinzani wa kiroho mara nyingi huongezeka pale ambapo utii ni thabiti. Uaminifu hauchochei makofi kutoka gizani—huchochea upinzani.

Hata hivyo Augustine hakutafsiri shinikizo kama kushindwa. Alilitambua kama uthibitisho.

MAISHA SOMO

Shinikizo hufanya si wastani wewe ni imezimwa kozi.

Mara nyingi, hiyo maana wewe ni haswa wapi wewe inapaswa kuwa.

Maandiko hufundisha hiyo kiroho upinzani ni sehemu ya ya Mkristo safari. adui hufanya si kupinga nini pozi hapana tishio. Kusimama imara ni si kuhusu kusonga mbele kwa ukali—ni ni kuhusu **kukataa kwa mapumziko** .

Ushindi si mara zote husonga mbele.
Wakati mwingine, ushindi huendelea. hiyo
ni kwa urahisi **iliyobaki mwaminifu** .

KIOO MUDA (BINAFSI) TAFAKARI)

Tafakari kwa uaminifu:

- Wapi kuwa na wewe waliona shinikizo kwa sababu ya utii?
- Ni upinzani gani unaokushawishi zaidi—kuacha, kuafikiana, au kukua? uchovu?
- Kuwa na wewe makosa upinzani kwa Mungu kutokubali?

Acha Mungu fremu mpya ya mapambano.

UTEKELEZAJI KWA UTII

Leo, mazoezi **makusudi uthabiti** .

- Tambua moja eneo wapi shinikizo ina kujaribiwa wewe kurudi nyuma
- Thibitisha tena yako utiifu kabla Mungu
- Tangaza kwa sauti kubwa:
  "Mimi mapenzi simama."

Kusimama ni a kitendo ya imani.

KIKUNDI MJADALA MASWALI

1. Kwa nini hufanya uaminifu mara nyingi vutia upinzani?
2. Jinsi gani kopo waumini tambua kati ya marekebisho na upinzani?
3. Nini husaidia wewe kubaki thabiti chini ya kiroho shinikizo?

MAOMBI

Baba, kuimarisha mimi kwa stendi imara.

Nipe utambuzi wa kutambua upinzani bila woga. Nguo mimi na ujasiri, uvumilivu, na uaminifu katika Wewe.

Sitarudi nyuma kutoka kwa utii.

Amina.

UNABII TAMKO

Mimi stendi imara katika imani.

Shinikizo halitaniondoa katika utii. Mungu nguvu hudumisha mimi chini ya upinzani.

Ninabaki mwaminifu katika kila msimu.

KUJITOLEA KWA UTII

Leo, Mimi kujitolea kwa kusimama imara.

Mimi mapenzi si maelewano chini ya shinikizo.

Mimi uaminifu Mungu kwa endeleza mimi kama Mimi kubaki mwaminifu.

KUTAZAMA MBELE KWA SIKU KUMI NA NANE

Kama Augustine alisimama imara, yeye imegunduliwa kitu muhimu:

Upinzani kopo ongeza kina hekima ikiwa sisi sikiliza vizuri.

Kesho sisi mapenzi chunguza:

Jinsi gani Mungu matumizi mgogoro na changamoto kwa kunoa utambuzi.

SIKU Hekima Kumi na Nane Yaanzishwa Katika Mgogoro

KEY KUZINGATIA MAANDIKO

"Kama yoyote ya wewe inakosa hekima, acha yeye uliza ya Mungu."

— Yakobo 1:5

"The hekima hiyo ni kutoka hapo juu ni kwanza safi, kisha amani, mpole, tayari mavuno, kamili ya rehema na nzuri matunda."

— Yakobo 3:17

"Kwa chuma kunoa chuma, hivyo a mwanaume kunoa ya uso ya yake rafiki."

— Mithali 27:17

"Ingawa Yeye ilikuwa a Mwana, bado Yeye kujifunza utiifu na ya vitu ambayo Aliteseka .

— Waebrania 5:8

YA AUGUSTINE ALIYEISHI MUDA

Mgogoro ikawa moja ya Mungu zaidi ufanisi walimu katika ya maisha y **Augustine ya Kiboko** .

Kutokubaliana kulijaribu uvumilivu
wake. Upinzani uliboresha mawazo
yake. Ukosoaji ulifichua nia zake.

Augustine alijifunza kwamba hekima haijengwi katika starehe, bali katika **ushiriki** . Mgogoro kulazimishwa yeye kwa chunguza Maandiko zaidi kwa undani, omba kwa uaminifu zaidi , na sikiliza zaidi kwa uangalifu. Ni kuvuliwa mbali msukumo majibu na badala yake wakachukua utambuzi.

Yeye imegunduliwa hiyo kujibu haraka mara nyingi hudhoofisha ukweli, lakini Kujibu kwa busara huimarisha.

MAISHA SOMO

Hekima hukua wapi unyenyekevu husikiliza.

Mgogoro hufunua nini maarifa peke yake haiwezi. Ni hufichua kiburi, Hufafanua imani, na kumlazimisha mwamini kutofautisha kati ya mwitikio na mwitikio.

Mungu mara nyingi matumizi mvutano kwa:

- Noa utambuzi
- Takasa nia
- Uelewa wa kina

Hekima ni si ya kutokuwepo ya mgogoro—ni ni ya uwezo kwa kubaki mwaminifu, mnyenyekevu, na wazi ndani yake.

KIOO MUDA (BINAFSI) TAFAKARI)

Tafakari kwa maombi:

- Kwa kawaida unaitikiaje mgogoro—kwa kujitetea au kwa busara?
- Nini hivi karibuni mvutano huenda Mungu kuwa kutumia kwa safisha yako hekima?
- Je, wewe zaidi hamu kwa kuwa kulia au kwa kuwa mwaminifu?

Acha ya Roho utafutaji yako moyo.

UTEKELEZAJI KWA UTII

Leo, chagua a **mwenye busara majibu** juu a haraka mwitikio.

- Tambua a mkondo mgogoro au kutokubaliana
- Sitisha kabla kujibu
- Uliza Mungu kwa hekima kabla kuzungumza au uigizaji

Hekima mara nyingi hufunua yenyewe katika kujizuia.

KIKUNDI MJADALA MASWALI

1. Kwa nini hufanya mgogoro onyesha kiroho ukomavu?
2. Jinsi gani kopo mvutano ongeza kina hekima badala yake ya uchungu?
3. Nini mazoea msaada waumini jibu kwa busara chini ya shinikizo?

MAOMBI

Baba, Mimi uliza Wewe kwa hekima.

Fundisha mimi kwa sikiliza kabla kujibu.

Tumia migogoro kusafisha moyo wangu na kufafanua imani yangu. Acha Yako hekima mwongozo yangu maneno na vitendo.

Amina.

UNABII TAMKO

Ninapokea hekima kutoka kwa Mungu. Migogoro huimarisha utambuzi wangu.

Mimi jibu na uwazi, unyenyekevu, na neema. Mungu hekima inatawala yangu maisha.

KUJITOLEA KWA UTII

Leo, nimejitolea kujibu kwa hekima . mapenzi si ruhusu mgogoro kwa gumu yangu moyo.

Mimi chagua utambuzi juu mwitikio.

KUTAZAMA MBELE KWA SIKU KUMI NA TISA

Kama Augustine ilikua katika hekima, Mungu waliokabidhiwa yeye na kitu nzito zaidi:

Ya utunzaji ya roho.

Kesho sisi mapenzi chunguza:

Nini hiyo maana kwa kubeba uwajibikaji kwa wengine kabla Mungu.

SIKU KUMI NA TISA

KUBEBA NAFSI, SI MAONI TU

KEY KUZINGATIA MAANDIKO

"Tii" hizo WHO sheria juu wewe, na kuwa mtiifu, kwa wao saa nje kwa ajili ya yako roho, kama hizo WHO lazima toa akaunti."

— Waebrania 13:17

"Mchungaji" ya kundi ya Mungu ambayo ni miongoni mwa wewe."

— 1 Petro 5:2

"Dubu" moja ya mwingine mizigo, na hivyo kutimiza ya sheria ya Kristo."

— Wagalatia 6:2

"WHO ni kutosha kwa mambo haya ?"

— 2 Wakorintho 2:16

YA AUGUSTINE ALIYEISHI MUDA

Augustine wa Hippo alipokua katika hekima na ushawishi, alizidi kufahamu ukweli unaomtia wasiwasi:

Hakuwa akishughulika tena na mawazo tu,

bali alikuwa akishughulika na **watu** .

Kila neno yeye kufundishwa umbo dhamiri.

Kila uamuzi uliathiri maisha.

Kila maelewano—au uwazi—alikuwa matokeo zaidi ya mwenyewe.

Augustine alijifunza kwamba uongozi wa kiroho si kuhusu kushinda hoja au kutetea misimamo. Ni kuhusu **kubeba roho mbele za Mungu** . Utambuzi huu ulimnyenyekeza sana. Uzito wa wajibu haukuongeza kujiamini kwake; uliongeza utegemezi wake.

Yeye imeeleweka hiyo maoni kopo kuwa kujadiliwa—lakini roho lazima kuwa **kuchungwa** .

MAISHA SOMO

Mungu huamini watu, si majukwaa.

Inawezekana kuwa na shauku kuhusu ukweli na kutojali watu. Maandiko yanaonya mara kwa mara kwamba uongozi na ushawishi hupimwa si kwa usahihi pekee, bali kwa **uangalifu** .

Kubeba roho inamaanisha:

- Kusikiliza kabla kuzungumza
- Kuhudumia kabla ya kudai
- Kuomba kabla uigizaji

Ushawishi bila mapenzi inakuwa udhibiti.

Ukweli bila kujali unakuwa mzigo.

Mungu simu Yake watumishi kwa mchungaji mioyo, si tu jimbo imani.

KIOO MUDA (BINAFSI) TAFAKARI)

Tafakari kwa uaminifu:

- WHO ina Mungu waliokabidhiwa kwa yako ushawishi?
- Fanya wewe tazama watu kama majukumu au kukatizwa?
- Je, yako maneno umbo zaidi na imani au na utunzaji?

Acha hizi maswali utafutaji yako nia.

UTEKELEZAJI KWA UTII

Leo, mazoezi **makusudi uchungaji** .

- Tambua moja mtu Mungu ina kuwekwa katika yako utunzaji au ushawishi
- Omba kwa wao haswa na jina
- Fikia nje na kutia moyo, kusikiliza, au usaidizi

Kubeba roho huanza na umakini.

KIKUNDI MJADALA MASWALI

1. Kwa nini ni hiyo rahisi zaidi kwa tetea maoni kuliko kwa utunzaji kwa watu?
2. Jinsi gani hufanya kiroho uwajibikaji ongeza kina unyenyekevu?

3. Ni desturi gani zinazowasaidia viongozi kubaki wachungaji badala ya watawala?

MAOMBI

Baba, nikumbushe kwamba watu ni muhimu zaidi kuliko mabishano. Nifundishe kubeba mioyo kwa unyenyekevu na uangalifu.

Mlinzi mimi kutoka kiburi, ukali, au kutojali.

Nisaidie kuchunga kwa uaminifu kile ulichonikabidhi. Amina.

UNABII TAMKO

Ninawabeba watu kwa unyenyekevu na upendo. Mungu ananikabidhi roho, si mawazo tu . ushawishi huakisi ya moyo ya Kristo.

Mimi mchungaji kwa uaminifu nini Mungu ina kuwekwa katika yangu utunzaji.

KUJITOLEA KWA UTII

Leo , nimejitolea kuwajali watu, si kutetea nafasi tu. mapenzi mchungaji na uvumilivu, sala, na upendo.

Mimi chagua uwajibikaji kutambuliwa kupita kiasi .

KUTAZAMA MBELE KWA SIKU ISHIRINI

Kama Augustine kubeba ya uzito ya roho, yeye kujifunza mwingine muhimu somo:

Uongozi inahitaji kina unyenyekevu kwa kubaki afya njema.

Kesho sisi mapenzi chunguza:

Jinsi gani Mungu hifadhi ya moyo ya a mtumishi chini ya uwajibikaji.

SIKU ISHIRINI

UNYENYEKEVU UNAODUMILISHA UONGOZI

KEY KUZINGATIA MAANDIKO

"Mungu" hupinga ya fahari, lakini hutoa neema kwa ya mnyenyekevu."

— Yakobo 4:6

"Yeyote yule matamanio kwa kuwa nzuri miongoni mwa wewe, acha yeye kuwa yako mtumishi."

— Mathayo 20:26

"Yeye lazima ongezeko, lakini Mimi lazima kupungua."

— Yohana 3:30

"Nini?" fanya wewe kuwa na hiyo wewe alifanya si kupokea?"

— 1 Wakorintho 4:7

YA AUGUSTINE ALIYEISHI MUDA

Kufikia hatua hii ya maisha yake, **Augustine wa Hippo** alikuwa na uzito—kiroho, kiakili, na uchungaji.

Watu walimwegemea. Makanisa

yalimtegemea. Mijadala

ilimtazama kwa uwazi.

Na Augustine alijua kitu hatari ilikuwa inawezekana.

Uongozi unaweza kumshawishi mtu polepole kwamba anahitajika. Kwamba matokeo yanategemea yeye. Ushawishi huo ni wake. Augustine alipinga hili kimya kimya lakini makusudi. Yeye kukumbushwa mwenyewe—mara nyingi—hiyo yeye ilikuwa sio chanzo ya ukweli, lakini a **mtumishi ya hiyo** .

Unyenyekevu ilikuwa si hiari kwa

Ilikuwa ni kuishi.

MAISHA SOMO

Kupiga simu bila unyenyekevu hatimaye kuanguka.

Uongozi hautegemezwi na uwezo pekee, bali kwa kuendelea kumtegemea Mungu. Maandiko yako wazi: neema hutiririka pale ambapo unyenyekevu hubaki, lakini upinzani huendelea. huja wapi kiburi inachukua mzizi.

Unyenyekevu huweka uongozi:

- Inaweza Kufundishwa
- Mwenye kuwajibika
- Mtegemezi
- Salama

Wakati unyenyekevu humomonyoka, hata nzuri uongozi inakuwa hatari.

KIOO MUDA (BINAFSI) TAFAKARI)

Tafakari kwa uangalifu:

- Wapi ina Mungu waliokabidhiwa wewe na uwajibikaji au ushawishi?
- Jinsi gani fanya wewe mlinzi yako moyo dhidi ya kiburi?
- Fanya wewe bado tambua kila kitu wewe kuwa na kama imepokelewa, si kupata?

Acha Mungu chunguza si tu yako vitendo, lakini yako mkao.

UTEKELEZAJI KWA UTII

Leo, mazoezi **makusudi unyenyekevu** .

- Kiri moja eneo wapi wewe hisia kujiamini au imara
- Asante Mungu waziwazi kwa hiyo
- Mwaliko Yake inayoendelea mwongozo na marekebisho

Unyenyekevu hukua wapi shukrani maisha.

KIKUNDI MJADALA MASWALI

1. Kwa nini ni kiburi mara nyingi hila katika uongozi?
2. Jinsi gani hufanya unyenyekevu linda muda mrefu kuzaa matunda?
3. Nini mazoea msaada viongozi kubaki tegemezi imewashwa Mungu?

MAOMBI

Baba, Mimi kubali hiyo kila kitu Mimi kuwa na huja kutoka Wewe.
Mlinzi yangu moyo kutoka kiburi na kujitegemea.
Nifundishe kuongoza, kutumikia, na kutii kwa
unyenyekevu. Acha neema iendelee kukaa juu
ya maisha yangu.
Amina.

UNABII TAMKO

Mimi tembea katika unyenyekevu kabla Mungu.
Neema hudumisha wito wangu na
ushawishi wangu. Ninatumikia, sijitukuze.
Mungu peke yake hupokea ya utukufu.

KUJITOLEA KWA UTII

Leo, ninajitolea kwa unyenyekevu katika kila jukumu ambalo Mungu
amenipa. Nitaendelea kuwa mtu wa kufundishika, mwenye
shukrani, na tegemezi.
Mimi chagua neema juu kujitegemea .

KUTAZAMA MBELE KWA SIKU ISHIRINI NA MOJA

Sisi sasa ingiza ya **pili nusu** ya ya safari.

Kama Augustine iliendelea kwa uaminifu, Mungu ilianza kwa umbo kitu kinachodumu:

Urithi.

Kesho sisi mapenzi chunguza:

Nini aina ya maisha majani matunda zaidi ya a maisha yote.

SIKU ISHIRINI NA MOJA

KUISHI KWA NINI MAISHA YA KUTOKA WEWE

KEY KUZINGATIA MAANDIKO

"Wengine" kuwa na kufanya kazi kwa bidii, na wewe kuwa na imeingia ndani yao kazi."

— Yohana 4:38

"Mwenye haki huenenda katika unyofu wake; watoto wake hubarikiwa baada yake."

— Mithali 20:7

"Nini?" wewe kuwa na kusikia kutoka mimi... kujitolea hizi kwa mwaminifu wanaume WHO mapenzi waweze kuwafundisha wengine pia."

— 2 Timotheo 2:2

"Kwa hivyo fundisha sisi kwa nambari yetu siku, hiyo sisi huenda faida a moyo ya hekima."

— Zaburi 90:12

YA AUGUSTINE ALIYEISHI MUDA

Kama ya miaka kupita, **Augustine ya Kiboko** ikawa inazidi kuongezeka ufahamu kwamba yake maisha ilikuwa hapana ndefu zaidi kipimo na shughuli, lakini na **urithi** .

Yeye ilikuwa hapana ndefu zaidi kuuliza, *Nini asubuhi Mimi kufanikisha?*

Alikuwa kuuliza, *Nini itabaki ?*

Augustine aliandika, kufundishwa, imerekebishwa, na kuchungwa—lakini na a kuongezeka kwa ufahamu hiyo yeye ilikuwa jengo kwa vizazi yeye ingekuwa kamwe kukutana. Yake maneno yalikuwa umbo na utunzaji. Yake kufundisha ilikuwa waliokabidhiwa kwa wengine. Yake uaminifu ulikuwa hapana ndefu zaidi haraka—hiyo ilikuwa **makusudi** .

Yeye imeeleweka hiyo Mungu vipimo urithi si na mwonekano, lakin

na
uambukizaji .

MAISHA SOMO

Urithi ni imeundwa na uaminifu, si umaarufu.

Ufalme wa Mungu husonga mbele kupitia mwendelezo. Kile tunachomimina kwa wengine huwa njia ambayo Mungu huendeleza kazi Yake zaidi ya maisha yetu.

Kuishi kwa nini maisha ya nje wewe inamaanisha:

- Uwekezaji katika watu zaidi kuliko miradi
- Kuweka kipaumbele uundaji juu utambuzi
- Kuchagua uaminifu juu haraka

Urithi ni si nini watu kumbuka kuhusu sisi—ni ni nini Mungu inaendelea fanya kupitia nini sisi kuwa na kwa uaminifu iliyotolewa.

KIOO MUDA (BINAFSI) TAFAKARI)

Tafakari kwa maombi:

- Nini ni wewe jengo hiyo mapenzi kubaki baada ya wewe?
- WHO ni wewe makusudi uwekezaji ndani?
- Je, yako kila siku chaguo umbo na milele au dharura?

Acha Mungu rekebisha upya yako maono.

UTEKELEZAJI KWA UTII

Leo, chukua moja **inayolenga urithi kitendo** .

- Tambua moja mtu kwa makusudi wekeza katika
- Kutia moyo, kufundisha, au omba na wao
- Kujitolea kwa muda mrefu uaminifu badala yake kuliko muda mfupi atha

Urithi hukua polepole—lakini kwa uthabiti.

KIKUNDI MJADALA MASWALI

1. Jinsi gani hufanya Maandiko fafanua urithi tofauti kutoka utamaduni?
2. Kwa nini ni uwekezaji katika watu mara nyingi polepole zaidi kuliko jengo majukwaa?
3. Nini husaidia waumini kaa umakini imewashwa muda mrefu matunda?

MAOMBI

Baba, fundisha mimi kwa moja kwa moja na milele katika mtazamo.

Panga vipaumbele vyangu na kile kinachodumu kweli. Saidia mimi wekeza kwa uaminifu katika watu na ukweli. Maisha yangu yazae matunda zaidi ya maisha yangu. Amina.

UNABII TAMKO

Mimi moja kwa moja kwa nini anaishi zaidi yangu.
Maisha yangu yanazaa matunda ya kudumu katika Ufalme wa Mungu . wekeza katika watu, si tu matokeo.
Mungu huzidisha nini Mimi kwa uaminifu msimamizi.

KUJITOLEA KWA UTII

Leo, nimejitolea kuishi kwa mtazamo wa milele.
Nitawekeza katika kile kinachodumu.
Mimi chagua urithi juu haraka.

KUTAZAMA MBELE KWA SIKU ISHIRINI NA MBILI

Kama urithi inachukua umbo, a mpya Changamoto inajitokeza:

Jinsi gani fanya wewe kubaki mwaminifu wakati wewe mapenzi si tazama ya kamili mavuno?

Kesho sisi mapenzi chunguza:

Kuamini Mungu na isiyoonekana matunda.

SIKU ISHIRINI NA MBILI

Mwaminifu Bila Kuona Mavuno

KEY KUZINGATIA MAANDIKO

"Moja" mpanda farasi na mwingine huvuna."

— Yohana 4:37

"Na kuwa na imekamilika yote... kwa simama."

— Waefeso 6:13

"Haya yote alikufa katika imani, si kuwa na imepokelewa ya ahadi, lakini kuwa na niliziona kwa mbali."

— Waebrania 11:13

"Mimi kupandwa, Apolo kumwagilia, lakini Mungu alitoa ya ongezeko."

— 1 Wakorintho 3:6

YA AUGUSTINE ALIYEISHI MUDA

Kama **Augustine ya Kiboko** imeingia ya baadaye miaka ya yake huduma, yeye alizidi kufahamu ukweli unaotia wasiwasi:

Mengi ya nini Mungu ilikuwa kufanya kupitia yeye ingekuwa **kuishi maisha ya muda mrefu yeye** .

Alifanya kazi kwa uaminifu bila uhakika wa matokeo yanayoonekana. Alirekebisha makosa akijua kwamba itachukua vizazi vingi kurekebisha uharibifu. Alifundisha ukweli kwa kuamini Mungu kwa hifadhi hiyo zaidi ya yake sauti.

Augustine hakudai kuona matokeo.

Alimwamini Mwandishi.

MAISHA SOMO

Mungu hufanya si hitaji sisi kwa kumaliza ya kazi—pekee kwa kuwa mwaminifu kwa yetu sehemu. Maandiko yanafundisha mara kwa mara kwamba Ufalme husonga mbele kupitia kazi ya pamoja ng'ambo wakati. Baadhi mmea. Baadhi maji. Wengine kuvuna. Lakini Mungu peke yake vidhibiti ongezeko.

Uaminifu ni utiifu **bila dhamana** .

Wakati sisi kusisitiza imewashwa kuona matokeo, sisi kwa hila mahali sisi wenyewe katika ya kituo ya Mungu kazi. Wakati sisi uaminifu Mungu na isiyoonekana matunda, sisi heshima Yake uhuru.

KIOO MUDA (BINAFSI) TAFAKARI)

Tafakari kwa uaminifu:

- Wapi kuwa na wewe mzima kukata tamaa kwa sababu matokeo ni kuchelewa?
- Kuwa na wewe sawa kuzaa matunda na mwonekano?
- Je, wewe tayari kwa kutii hata ikiwa wewe kamwe tazama matokeo ?

Acha Mungu panga upya yako matarajio.

UTEKELEZAJI KWA UTII

Leo, kutolewa yako hitaji kwa tazama matokeo.

- Tambua moja eneo wapi wewe hisia isiyoonekana au haijatimizwa
- Sema hii sala kwa sauti kubwa:
  "Bwana, Mimi uaminifu Wewe na ya mavuno."
- Endelea kwa uaminifu bila kurekebisha utiifu kwa matokeo

Uaminifu hudumisha utiifu.

KIKUNDI MJADALA MASWALI

1. Kwa nini fanya sisi mapambano kwa kutii bila kuona matokeo?
2. Jinsi gani hufanya imani kukomaa wakati matokeo ni asiyeonekana?
3. Nini husaidia waumini kubaki mwaminifu ng'ambo ndefu misimu?

MAOMBI

Baba, fundisha mimi kwa uaminifu Wewe na matokeo Mimi
huenda kamwe tazama. Bure mimi kutoka ya hitaji kwa
utambuzi au papo hapo matunda.
Nisaidie kubaki mwaminifu kwa kazi uliyonipa.
Ninakuamini kwa mavuno.
Amina.

UNABII TAMKO

Ninabaki mwaminifu bila kuhitaji kuona
matokeo. Mungu huleta ongezeko katika
wakati wake.
Utii wangu si wa bure .
uaminifu Mungu na
isiyoonekana matunda.

KUJITOLEA KWA UTII

Leo, Mimi kujitolea kwa mwaminifu utiifu bila masharti.
Mimi mapenzi kupanda, maji, na uaminifu Mungu na ya
mavuno.
Mimi chagua uaminifu juu udhibiti.

KUTAZAMA MBELE KWA SIKU ISHIRINI NA TATU

Kama Augustine kuaminiwa Mungu na isiyoonekana matunda, yeye kujifunza mwingine ukweli:

Uaminifu hufanya si ondoa mateso—ni fremu mpya hiyo.

Kesho sisi mapenzi chunguza:

Jinsi gani mateso maumbo matumaini badala yake kuliko huharibu hiyo.

SIKU ISHIRINI NA TATU

MATESO HIYO HUIMARISHA MATUMAINI

KEY KUZINGATIA MAANDIKO

"Pia tunajivunia dhiki, tukijua kwamba dhiki huleta uvumilivu; na uvumilivu, mhusika; na mhusika, matumaini."

— Warumi 5:3–4

"Kwa yetu mwanga mateso, ambayo ni lakini kwa a wakati, ni kufanya kazi kw sisi a zaidi kuzidi na milele uzito ya utukufu."

— 2 Wakorintho 4:17

"Ingawa Yeye kuua mimi, bado mapenzi Mimi uaminifu Yeye."

— Kazi 13:15

"Heri" ni ya mwanaume WHO huvumilia majaribu; kwa wakati yeye in imeidhinishwa, yeye mapenzi kupokea ya taji ya maisha."

— Yakobo 1:12

YA AUGUSTINE ALIYEISHI MUDA

Kama **Augustine ya Kiboko** alizidi kukomaa, mateso hayakutoweka maishani mwake.

Ni imebadilishwa yake jukumu.

Maumivu hayakutumika tena kama adhabu. Ugumu haukumaanisha kushindwa tena.

Kuchelewa hapana ndefu zaidi isiyo na maana kuachwa.

Augustine kujifunza hiyo mateso inaweza ama gumu ya moyo au **nanga tumaini** —kulingana na mahali ambapo uaminifu uliwekwa. Aliruhusu maumivu yamfukuze kwa Mungu badala ya kumtoa kwake. Badala ya kudai maelezo, alishikilia tabia ya Mungu.

Matumaini ilikuwa hapana ndefu zaidi kimazingira.

Ni ikawa milele.

MAISHA SOMO

Mateso husafisha matumaini wakati uaminifu ni mizizi katika Mungu.

Maandiko hufanya si ahadi uhuru kutoka mateso. Ni ahadi Tumaini linaloundwa kupitia mateso lina nguvu zaidi kuliko matumaini—limeimarishwa zaidi ya hali halisi.

Mateso huimarisha matumaini wakati:

- Sisi uaminifu Mungu mhusika juu yetu faraja
- Sisi tafsiri maumivu kupitia milele, si haraka
- Sisi ruhusu uvumilivu kwa umbo mhusika

Matumaini ambayo hayajajaribiwa ni dhaifu. Matumaini iliyosafishwa na mateso huvumilia.

KIOO MUDA (BINAFSI) TAFAKARI)

Tafakari kwa maombi:

- Ni mateso gani ambayo umedhani hayapaswi kuwepo katika safari yako ya imani?
- Jinsi gani ina maumivu changamoto au umbo jipya yako matumaini?
- Je, yako matumaini mizizi katika unafuu—au katika Mungu?

Acha Mungu kukutana wewe kwa uaminifu hapa.

UTEKELEZAJI KWA UTII

Leo, mazoezi **yenye matumaini uaminifu** .

- Tambua moja eneo ya inayoendelea ugumu
- Sema hii ukweli kwa sauti kubwa:
  "Mungu" ni mwaminifu, hata hapa.”
- Chagua moja kitendo ya utiifu au shukrani licha ya maumivu

Matumaini hukua wakati uaminifu ni mazoezi.

KIKUNDI MJADALA MASWALI

1. Jinsi gani hufanya Maandiko fafanua upya mateso?

2. Kwa nini hufanya mateso mara nyingi onyesha wapi yetu matumaini kweli mapumziko?
3. Nini mazoea msaada waumini vumilia maumivu na matumaini?

MAOMBI

Baba, Mimi kuleta Wewe yangu maumivu bila kujifanya hiyo ni rahisi . Tia tumaini langu katika uaminifu wako, si katika hali zangu. kila jaribio kwa umbo mhusika na ongeza kina uaminifu.

Mimi chagua matumaini hiyo huvumilia. Amina.

UNABII TAMKO

Tumaini langu limejikita kwa Mungu. Mateso hayataharibu imani yangu.

Mungu anaunda uvumilivu na tabia ndani yangu.

Tumaini langu halitakatisha tamaa.

KUJITOLEA KWA UTII

Leo, Mimi kujitolea kwa kuamini Mungu katika mateso.

Mimi mapenzi ruhusu majaribio kwa ongeza kina matumaini, si punguza mimi . chagua milele mtazamo juu unafuu wa muda .

KUTAZAMA MBELE KWA SIKU ISHIRINI NA NNE

Kama matumaini huzidi kuwa kina, Mungu huanza kwa andaa ya moyo kwa kitu hila lakini muhimu:

Kukodisha nenda.

Kesho sisi mapenzi chunguza:

Jinsi gani imani hujifunza kwa kutolewa udhibiti na pumzika kikamilifu katika Mungu.

SIKU ISHIRINI NA NNE

KUJIFUNZA KUACHILIA NA KUMWAMINI MUNGU KWA UKAMILIFU

KEY KUZINGATIA MAANDIKO

"Mtumaini Bwana kwa moyo wako wote, wala usizitegemee akili zako mwenyewe."

— Mithali 3:5–6

"Kuwa bado, na kujua hiyo Mimi asubuhi Mungu."

— Zaburi 46:10

"Upigaji kura" yote yako utunzaji juu ya Yeye, kwa Yeye kujali kwa wewe."

— 1 Petro 5:7

"Yeye WHO ina imeingia Yake pumzika ina mwenyewe pia ilikoma kutoka yake inafanya kazi."

— Waebrania 4:10

YA AUGUSTINE ALIYEISHI MUDA

Katika ya baadaye misimu ya yake maisha, **Augustine ya Kiboko** kujifunza a somo kwamba utii pekee haungeweza kumfundisha.

Yeye kujifunza kwa

acha nenda . Si

kwa imani.

Sio ya uwajibikaji.

Lakini udhibiti.

Augustine alikuwa na alitumia miaka kufikiri kwa undani, kufundisha waziwazi, kuchunga kwa uangalifu. Lakini hata huduma ya uaminifu inaweza kubeba wasiwasi kimya kimya—hisia kwamba matokeo hutegemea uangalifu wetu. Baada ya muda, Augustine alitambua kwamba uaminifu ni si imethibitishwa na juhudi, lakini na pumzika.

Yeye kujifunza kwa mahali matokeo wapi wao ilikuwa: katika Mungu mikono.

MAISHA SOMO

Uaminifu ni imefichuliwa si na shughuli, lakini kwa kujisalimisha.

Waumini wengi humtii Mungu lakini bado wanabeba uzito wa udhibiti. Tunapanga, tunasimamia, na kutarajia—mara nyingi kwa uaminifu—lakini bila kupumzika. Maandiko yanafundisha hiyo kweli uaminifu matoleo ya hitaji kwa udhibiti matokeo.

Kuachilia haimaanishi kuachana na utii . maana kujitenga kutoka **wasiwasi** .

Imani kukomaa wakati sisi simama kuegemea imewashwa uelewa na anza kupumzika katika Mungu utunzaji.

KIOO MUDA (BINAFSI) TAFAKARI)

Tafakari kimya kimya:

- Wapi ni wewe bado kujaribu kwa udhibiti matokeo?
- Nini mzigo ina Mungu aliuliza wewe kwa kutolewa?
- Je, yako utiifu inayoendeshwa na uaminifu au wasiwasi?

Kukaa na hizi maswali kwa uaminifu.

UTEKELEZAJI KWA UTII

Leo, mazoezi **makusudi kutolewa** .

- Tambua moja wasiwasi wewe kuwa na imekuwa kubeba
- Sema hiyo kwa sauti kubwa kwa Mungu
- Kwa uangalifu kutolewa uwajibikaji kwa ya matokeo

Sema polepole:

"Bwana, Mimi uaminifu Wewe na hii."

KIKUNDI MJADALA MASWALI

1. Kwa nini ni kukodisha nenda mara nyingi vigumu zaidi kuliko kuchukua kitendo?
2. Jinsi gani kopo uwajibikaji kimya kimya zamu ndani wasiwasi?
3. Nini mazoea msaada waumini pumzika wakati iliyobaki mwaminifu?

MAOMBI

Baba, Mimi kukiri hiyo Mimi mara nyingi kubeba nini Wewe kamwe aliuliza mimi kwa shikilia. Fundisha mimi kwa uaminifu Wewe kikamilifu.

Msaada mimi kutolewa wasiwasi na pumzika
katika Yako utunzaji. Mimi mahali kila
matokeo katika Yako mikono.
Amina.

UNABII TAMKO

Mimi uaminifu Mungu na kila matokeo.
Mimi kutolewa udhibiti na pumzika
katika Yake Mungu ni mwaminifu
zaidi ya juhudi zangu .
Mimi moja kwa moja kutoka pumzika, si wasiwasi.

KUJITOLEA KWA UTII

Leo, Mimi kujitolea kwa kuamini Mungu kikamilifu.
Mimi mapenzi kutolewa udhibiti wapi Mungu ina
aliuliza mimi kwa imani. Ninachagua kupumzika
katika imani.

KUTAZAMA MBELE KWA SIKU ISHIRINI NA TANO

Kama Augustine kujifunza kwa acha nenda, kitu nzuri ikifuatiwa:
Furaha akarudi—sio kutoka mafanikio, lakini kutoka pumzika.
Kesho sisi mapenzi chunguza:
Jinsi gani furaha mtiririko wakati ya roho mapumziko katika Mungu.

SIKU ISHIRINI NA TANO

THE SHANGWE HIYO HUJA KUTOKA PUMZIKO

KEY KUZINGATIA MAANDIKO

"Katika Yako uwepo ni ukamilifu ya furaha."

— Zaburi 16:11

"The furaha ya ya Bwana ni yako nguvu."

— Nehemia 8:10

"Njoo" kwa Mimi... na Mimi mapenzi toa wewe pumzika."

— Mathayo 11:28–29

"Wewe" mapenzi weka yeye katika kamili amani, ambaye akili ni alikaa imewashwa Wewe."

— Isaya 26:3

YA AUGUSTINE ALIYEISHI MUDA

Katika ya baadaye miaka ya yake maisha, **Augustine ya Kiboko** imegunduliwa a furaha yeye sikujua katika misimu ya awali.

Ni ilikuwa si ya furaha ya Si furaha

ya kutambuliwa .

Sio hata ya furaha ya mafanikio katika

Ilikuwa furaha ya **kupumzika** .

Augustine alipojifunza kuachilia udhibiti na kumwamini Mungu kikamilifu, wasiwasi ulipungua yake mshiko. Ya kujitahidi hiyo mara moja kutawaliwa yake ndani maisha imefifia. Kilichobaki ni furaha tulivu na thabiti isiyotokana na hali, bali na uwepo wa Mungu.

Furaha ilikuwa hapana ndefu zaidi kitu

yeye Ilikuwa kitu alichoishi .

MAISHA SOMO

Furaha ni ya matunda ya pumzika, si juhudi.

Waumini wengi hufuata furaha kupitia mafanikio, uthibitisho, au utendaji wa kiroho. Maandiko hufundisha kitu tofauti: furaha mtiririko kiasili ambapo roho hupumzika katika Mungu.

Furaha haihitaji hali kamilifu. Inahitaji uaminifu ulio imara.

Wakati pumzika hubadilisha kujitahidi, furaha huibuka—sio kama msisimko, lakini kama **nguvu** .

KIOO MUDA (BINAFSI) TAFAKARI)

Tafakari kwa maombi:

- Wapi kuwa na wewe imekuwa kutafuta furaha kupitia juhudi?
- Nini ina wasiwasi kuibiwa furaha kutoka katika yako maisha?
- Jinsi gani huenda pumzika katika Mungu rejesha furaha?

Ruhusu ya Roho kwa panga upya yako matarajio.

UTEKELEZAJI KWA UTII

Leo, mazoezi **furaha pumzika** .

- Seti kando wakati kwa kwa urahisi kuwa katika Mungu uwepo
- Fanya si uliza kwa chochote
- Pokea Mungu ukaribu na shukrani

Furaha mara nyingi marejesho wakati sisi simama kudai matokeo.

KIKUNDI MJADALA MASWALI

1. Kwa nini fanya sisi mshirika furaha na mafanikio badala yake kuliko kupumzika?
2. Jinsi gani hufanya wasiwasi mororo furaha?
3. Nini mazoea msaada waumini moja kwa moja kutoka pumzika badala yake ya kujitahidi?

MAOMBI

Baba, asante Wewe kwa ya furaha hiyo huja kutoka kupumzika katika Wewe. Achilia mimi kutoka kujitahidi hiyo huiba amani.

Rejesha furaha kwa yangu roho kama Mimi uaminifu Wewe kikamilifu. Mimi kupokea Yako furaha kama yangu nguvu.
Amina.

UNABII TAMKO

Ya furaha ya ya Bwana ni yangu nguvu. Mimi moja kwa moja kutoka pumzika, si kutoka shinikizo.

Furaha mtiririko kutoka Mungu uwepo katika yangu uzima. Nafsi yangu imetulia na salama ndani yake.

KUJITOLEA KWA UTII

Leo, Mimi kujitolea kwa kuishi kutoka pumzika. Sitafuatilia furaha kupitia juhudi.

Mimi kupokea ya furaha hiyo mtiririko kutoka kuamini Mungu.

KUTAZAMA MBELE KWA SIKU ISHIRINI NA SITA

Kama furaha tulivu katika Augustine moyo, Mungu tayari yeye kwa kitu laini na takatifu:

Kumaliza vizuri.

Kesho sisi mapenzi chunguza:

Jinsi gani a maisha imetia nanga katika Mungu huandaa kwa a amani kumaliza.

SIKU ISHIRINI NA SITA

KUMALIZA KIMEA

KEY KUZINGATIA MAANDIKO

"Mimi kuwa na walipigana ya nzuri kupigana, Mimi kuwa na imekamilika ya mbio, Mimi kuwa na imehifadhiwa ya imani."

— 2 Timotheo 4:7

"Acha sisi kukimbia na uvumilivu ya mbio hiyo ni seti kabla sisi."

— Waebrania 12:1

"Kuwa mwaminifu hadi kifo, na Mimi mapenzi toa wewe ya taji ya maisha."

— Ufunuo 2:10

"The mwisho ya a jambo ni bora zaidi kuliko yake mwanzo."

— Mhubiri 7:8

YA AUGUSTINE ALIYEISHI MUDA

Katika ya kufunga miaka ya yake maisha, **Augustine ya Kiboko** alifanya si polepole kwa sababu imani yake ilidhoofika.

Yeye imepunguzwa kwa sababu yake umakini imenolewa.

Yeye hapana ndefu zaidi kipimo maisha na tija, lakini na **uaminifu** . Yeye alikuwa amejifunza hiyo mwanzo kutia moyo, lakini miisho shuhudia. Wengi anza vizuri; wachache kumaliza vizuri. Augustine ilikuwa imedhamiria kwa kumaliza na yake uaminifu bila kuharibika, yake moyo mpole, na tumaini lake likaelekezwa kwa Mungu.

Yeye aliishi na ya mwisho katika mtazamo—sio kwa hofu, lakini kwa uaminifu.

MAISHA SOMO

Kumaliza vizuri ni ya lengo ya ufuasi.

Maandiko hufanya si kusherehekea vipi kwa sauti kubwa sisi kuanza, lakini vipi kwa uaminifu Tunavumilia. Kumaliza vizuri kunahitaji uthabiti, unyenyekevu, toba, na uaminifu—hasa wakati nguvu hufifia na mwonekano hupungua.

Kumaliza vizuri inamaanisha:

- Zilizosalia mwaminifu wakati hapana moja ni kutazama
- Kuamini Mungu wakati uwezo kupungua
- Kushikilia matumaini wakati matokeo ni kamili

Mungu maadili **uaminifu kwa ya mwisho** .

KIOO MUDA (BINAFSI) TAFAKARI)

Tafakari kwa maombi:

- Nini hufanya "Kumaliza" vizuri" wastani kwa wewe?
- Nini tabia au mitazamo inaweza kutishia muda mrefu uaminifu?
- Je, wewe kuishi leo katika a njia wewe ingekuwa kuwa shukrani kwa baadaye?

Acha Mungu umbo yako mtazamo zaidi ya ya sasa wakati.

UTEKELEZAJI KWA UTII

Leo, mazoezi **inayolenga mwisho uaminifu** .

- Tambua moja tabia au mkao hiyo mapenzi msaada wewe kumaliza vizuri
- Imarisha hiyo makusudi leo
- Kutolewa chochote hiyo inaweza maelewano muda mrefu utiifu

Maliza vizuri na kuishi vizuri sasa.

KIKUNDI MJADALA MASWALI

1. Kwa nini ni kumaliza vizuri mara nyingi vigumu zaidi kuliko kuanzia imara?
2. Jinsi gani hufanya milele mtazamo umbo kila siku maamuzi?
3. Nini mazoea endeleza uaminifu juu a maisha?

MAOMBI

Baba, msaada mimi moja kwa moja na ya
mwisho katika mtazamo. Fundisha mimi kwa
thamani uaminifu juu makofi. Imarisha mimi
kwa vumilia na matumaini na Natamani
kumaliza mbio zangu vizuri.
Amina.

UNABII TAMKO

Mimi mapenzi kumaliza yangu mbio
na imani kamili. Mungu neema
hudumisha mimi kwa ya mwisho.
Mimi kubaki mwaminifu katika kila
msimu ya maisha. Ninamaliza vizuri.

KUJITOLEA KWA UTII

Leo, nimejitolea kuishi kwa uaminifu wa muda mrefu
. mapenzi tengeneza chaguo hiyo heshima Mungu
hadi ya mwisho.
Mimi uaminifu Mungu kwa kubeba mimi kupitia kila msimu.

KUTAZAMA MBELE KWA SIKU ISHIRINI NA SABA

Augustine alipojiandaa kumaliza vizuri, Mungu alimtia moyo kwa maneno ya mwisho na yenye kutuliza. ukweli:

Yetu maisha endelea kwa zungumza baada ya sisi ni ameenda.

Kesho sisi mapenzi chunguza:

Nini hiyo maana kwa kuwa soma na vizazi bado ambaye hajazaliwa.

SIKU ISHIRINI NA SABA

A MAISHA HIYO INAENDELEA KUZUNGUMZA

KEY KUZINGATIA MAANDIKO

"Wewe" ni yetu waraka... inayojulikana na soma na watu wote ."

— 2 Wakorintho 3:2–3

"Kuwa amekufa, yeye bado
anaongea."

— Waebrania 11:4

"The kumbukumbu ya ya mwenye haki amebarikiwa ."

— Mithali 10:7

"Kwa hivyo kung'aa yako mwanga kabla wanaume, hiyo wao huenda tazan yako nzuri kazi na kumtukuza Baba yenu aliye mbinguni."

— Mathayo 5:16

YA AUGUSTINE ALIYEISHI MUDA

Wakati **Augustine ya Kiboko** alikaribia ya mwisho ya yake duniani safari, hakujali kukumbukwa.

Yeye ilikuwa wasiwasi na kuwa **mwaminifu** .

Kwa muda mrefu alikuwa ameelewa kwamba maisha yaliyotolewa kwa Mungu hayaishii kimya kimya. Yanaendelea kusema—sio kupitia sifa, bali kupitia matunda. Augustine alifanya si moja kwa moja kwa tengeneza a urithi; yeye aliishi kwa kutii Mungu. Hata hivyo utii aliandika ujumbe uliodumu zaidi yake.

Maisha yake yakawa barua—iliyosomwa katika vizazi, tamaduni, na karne nyingi. Sio kwa sababu alikuwa mkamilifu.

Lakini kwa sababu yeye ilikuwa alikubali.

MAISHA SOMO

Mwaminifu maisha endelea kwa zungumza baada ya wao ni ameenda.

Maandiko yanafundisha kwamba utii husikika zaidi ya wakati huu. Maneno hufifia, lakini matunda mabaki. Ya ushawishi ya a kujisalimisha maisha mara nyingi fika maeneo mtu binafsi kamwe kufikirika na nyakati wao kamwe aliishi kwa tazama.

Sisi ni daima uandishi kitu:

- Kupitia yetu chaguo
- Kupitia yetu mhusika
- Kupitia yetu utiifu

Ya swali ni si kama yetu maisha mapenzi zungumza—lakini **nini wao mapenzi sema** . **WAKATI WA KIOO (TAFAKARI BINAFSI)**

Tafakari kwa uangalifu:

- Nini ujumbe ni yako maisha kwa sasa kuandika?
- Kama wengine ikifuatwa yako mfano, wapi ingekuwa hiyo risasi wao?
- Nini fanya wewe unataka yako utiifu kwa sema ndefu baada ya wewe ni ameenda?

Ruhusu milele kwa taarifa ya sasa.

UTEKELEZAJI KWA UTII

Leo, moja kwa moja na **makusudi shahidi** .

- Chagua moja kitendo hiyo huakisi Kristo waziwazi
- Sema ukweli kwa upole wapi ukimya ingekuwa kupotosha
- Moja kwa Moja kwa makusudi, kujua yako maisha ni kuwa soma

Uaminifu leo anaandika ya kesho ushuhuda.

KIKUNDI MJADALA MASWALI

1. Jinsi gani fanya maisha endelea kwa zungumza zaidi ya maneno?
2. Nini hutofautisha kudumu kiroho ushawishi kutoka athari ya muda?
3. Jinsi gani kopo kawaida utiifu umbo ajabu urithi?

MAOMBI

Baba, kumbusha mimi hiyo yangu maisha ni kuwa soma. Msaada mimi moja kwa moja katika a njia hiyo heshima Wewe zaidi ya leo. Acha utii wangu useme ukweli, neema, na tumaini kwa wengine. Andika Yako ujumbe waziwazi kupitia yangu maisha.

Amina.

UNABII TAMKO

Yangu maisha ni a kuishi barua wa Kristo.

Ukweli wa Mungu umeandikwa waziwazi kupitia utiifu wangu. Uaminifu wangu utazungumza zaidi ya maisha yangu.

Mimi moja kwa moja kwa kutukuza Mungu katika kila kizazi.

KUJITOLEA KWA UTII

Leo, Mimi kujitolea kwa kuishi kwa makusudi kabla Mungu na wengine. Nitaruhusu maisha yangu kumwakisi Kristo kwa uaminifu.

Mimi chagua utiifu hiyo anaongea zaidi ya mimi.

KUTAZAMA MBELE KWA SIKU ISHIRINI NA NANE

Safari inapokaribia kukamilika, Mungu anaelekeza mawazo yetu ndani kwa mara ya mwisho:

Jinsi gani fanya sisi moja kwa moja kila siku na milele katika mtazamo?

Kesho sisi mapenzi chunguza:

Kuishi kila moja siku kama a mwaminifu balozi ya Kristo.

SIKU ISHIRINI NA NANE

KUISHI KAMA BALOZI WA KRISTO KILA SIKU

KEY KUZINGATIA MAANDIKO

"Sasa kisha, sisi ni mabalozi kwa Kristo, kama ingawa Mungu walikuwa wakiomba kupitia sisi."

— 2 Wakorintho 5:20

"Kama Yeye ni, hivyo ni sisi katika hii dunia."

— 1 Yohana 4:17

"Wewe" ni ya mwanga ya ya dunia."

— Mathayo 5:14

"Tabia wenyewe kwa busara kuelekea watu wa nje."

— Wakolosai 4:5

YA AUGUSTINE ALIYEISHI MUDA

Kwa ya mwisho misimu ya yake maisha, **Augustine ya Kiboko** hapana ndefu zaidi kutenganisha imani na tabia.

Imani ilikuwa si kitu yeye

Ilikuwa *kitu alichokiumba* .

Kila mazungumzo, uamuzi, na majibu yalikuwa na uzito—sio kwa sababu alitafuta ushawishi, lakini kwa sababu yeye imeeleweka uwakilishi. Augustine alijua kwamba hakuwa akijisemea tena mwenyewe. Maisha yake yalikuwa ushuhuda unaoonekana wa Kristo aliyemtangaza.

Yeye aliishi ufahamu hiyo Kristo ilikuwa kuwa tafsiri kupitia yeye.

MAISHA SOMO

Mabalozi hawawakilishi maoni ya kibinafsi—wanawakilisha mamlaka.

Maandiko yanafundisha kwamba waumini ni wawakilishi wa Kristo duniani. Balozi habuni ujumbe; anaubeba kwa uaminifu. Uaminifu wa ya ujumbe ni mara nyingi kuhukumiwa na ya mwenendo ya ya mjumbe.

Kuishi kama a balozi inamaanisha:

- Uthabiti kati ya imani na tabia
- Uelewa hiyo vitendo wasiliana theolojia
- Kila siku uaminifu katika kawaida nyakati

Ya injili ni mara nyingi kwanza kukumbana kupitia maisha, si mahubiri.

KIOO MUDA (BINAFSI) TAFAKARI)

Tafakari kwa uangalifu:

- Nini picha ya Kristo hufanya yako kila siku maisha kuwasilisha?
- Wapi huenda yako tabia kinyume yako kukiri?
- Fanya wewe moja kwa moja kwa makusudi kama a mwakilishi—au kwa kawaida kama a mwamini?

Acha Mungu safisha ufahamu wako .

UTEKELEZAJI KWA UTII

Leo, mazoezi **makusudi uwakilishi** .

- Chagua moja kawaida mwingiliano
- Uliza mwenyewe: *Jinsi gani ingekuwa Kristo kuwa kuwakilishwa hapa?*
- Jibu ipasavyo—na neema, ukweli, uvumilivu, au ujasiri

Ubalozi ni aliishi moja wakati katika a wakati.

KIKUNDI MJADALA MASWALI

1. Nini hufanya hiyo kivitendo wastani kwa moja kwa moja kama Kristo balozi?
2. Jinsi gani fanya kila siku vitendo umbo vipi wengine kumtambua Kristo?
3. Nini changamoto tengeneza thabiti uwakilishi vigumu?

MAOMBI

Baba, ninakubali jukumu la kumwakilisha Kristo. Panga yangu maneno, vitendo, na mitazamo na Yako moyo. Acha yangu maisha tafakari ya ukweli Mimi kukiri. Msaada mimi moja kwa moja kwa makusudi kama Yako balozi. Amina.

UNABII TAMKO

Mimi asubuhi Kristo balozi katika hii ulimwengu. Yangu maisha huakisi Yake ukweli, upendo, na mamlaka. Ninamwakilisha Kristo kwa uaminifu kila mahali.

Mungu ni kutukuzwa kupitia yangu utiifu.

KUJITOLEA KWA UTII

Leo, Mimi kujitolea kwa kuishi kwa makusudi kama Kristo balozi. Mimi mapenzi panga yangu kila siku maisha na ya ujumbe Mimi kubeba.

Mimi chagua mwaminifu uwakilishi juu urahisi.

KUTAZAMA MBELE KWA SIKU ISHIRINI NA TISA

Kama ya safari karibu kukamilika, Mungu huleta sisi kwa a mwisho ndani mkao

Kuishi tayari.

Kesho sisi mapenzi chunguza:

Nini hiyo maana kwa moja kwa moja tayari—bila hofu—kwa milele.

SIKU Maisha ya 29 TAYARI

KWA UMILELE

KEY KUZINGATIA MAANDIKO

"Fundisha" sisi kwa nambari yetu siku, hiyo sisi huenda faida a moyo ya hekima."

— Zaburi 90:12

"Kwa kwa mimi, kwa moja kwa moja ni Kristo, na kwa kufa ni faida."

— Wafilipi 1:21

"Kwa hivyo hiyo sisi huenda kuwa na kujiamini na si kuwa aibu kabla Yeye katika Kuja kwake ."

— 1 Yohana 2:28

"Seti" yako akili imewashwa vitu hapo juu, si imewashwa vitu imewashwa ya duniani."

— Wakolosai 3:2

YA AUGUSTINE ALIYEISHI MUDA

Katika ya mwisho msimu ya yake maisha, **Augustine ya Kiboko** aliishi na a ufahamu usiotikisika wa umilele.

Sio kwa hofu.

Sio kwa hofu.

na hofu. Lakini

na **uwazi** .

Yeye hapana ndefu zaidi kushikamana kwa wakati. Yeye msimamizi hiyo. Augustine imeeleweka maisha hayo tayari kwa milele alifanya si wastani kujiondoa kutoka maisha—ni maana kuishi kila siku kwa mpangilio wa milele.

Kifo ilikuwa hapana ndefu zaidi a

Ukatizaji. Ilikuwa ni mpito.

Kwa sababu yake maisha alikuwa na imekuwa kuagiza kuelekea Mungu, milele waliona inayojulikana badala ya kigeni.

MAISHA SOMO

Utayari kwa milele hutoa amani katika ya sasa.

Maandiko kamwe simu waumini kwa hofu milele. Ni simu sisi kwa moja kwa moja **tayari** .

Wakati Kristo ni ya kituo ya maisha, milele inakuwa mwendelezo—sio hasara.

Kuishi tayari inamaanisha:

- Kushikilia vitu vya kidunia kwa uhuru
- Kutembea kila siku katika toba na utiifu
- Kuweka nanga matumaini zaidi ya wakati

Hizo WHO moja kwa moja tayari fanya si kukimbilia maisha—wao **komboa** hiyo.

KIOO MUDA (BINAFSI) TAFAKARI)

Tafakari kimya kimya:

- Kama leo walikuwa yako mwisho siku, nini ingekuwa kubaki haijatatuliwa?
- Nini viambatisho tengeneza milele hisia mbali badala yake kuliko mwenye matumaini?
- Je, wewe kuishi tayari—au tu kudhani wakati?

Acha ya Roho kuleta mpole uwazi, si wasiwasi.

UTEKELEZAJI KWA UTII

Leo, mazoezi **milele mpangilio** .

- Anwani moja haijatatuliwa utiifu au uhusiano
- Kutolewa moja duniani kiambatisho hiyo anashikilia yako moyo pia kwa ukali
- Asante Mungu kwa ya matumaini ya milele

Utayari hukua kupitia makusudi mpangilio.

KIKUNDI MJADALA MASWALI

1. Kwa nini hufanya milele mara nyingi hisia muhtasari badala yake kuliko kuwasilisha?
2. Jinsi gani hufanya kuishi tayari athari kila siku vipaumbele?
3. Nini husaidia waumini moja kwa moja tayari bila hofu?

MAOMBI

Baba, fundisha mimi kwa moja kwa moja na milele katika tazama. Ondoa hofu na badilisha hiyo na uhakika.

Nisaidie kupanga siku zangu kwa busara na utiifu . moja kwa moja tayari—sio hofu—lakini salama katika Wewe. Amina.

UNABII TAMKO

Mimi moja kwa moja tayari kwa milele.
Yangu matumaini ni imetia nanga zaidi ya hii maisha.
Ninatembea kwa amani, uhakika, na utiifu.
Kristo ndiye maisha yangu—sasa na hata milele.

KUJITOLEA KWA UTII

Leo, Mimi kujitolea kwa kuishi tayari kwa milele. Mimi mapenzi agizo yangu maisha kulingana na kwa milele ukweli.
Mimi chagua utayari mizizi katika Kristo.

SIKU YA THELATHINI ILIANDIKWA KWA MUNGU, SIYO KWA WANAUME

KEY KUZINGATIA MAANDIKO

"Wewe" ni yetu barua imeandikwa katika yetu mioyo, inayojulikana na soma na yote wanaume; waziwazi wewe ni a barua ya Kristo... imeandikwa si na wino lakini na ya Roho wa Mungu aliye hai."

— 2 Wakorintho 3:2–3

"Kwa yao matunda wewe mapenzi kujua wao."

— Mathayo 7:16

"Acha yako mwanga hivyo kung'aa kabla wanaume."

— Mathayo 5:16

"Kwa maana ndiye Mungu atendaye kazi ndani yenu, kutaka kwenu na kutenda kwenu, kwa ajili ya mema yake." raha."

— Wafilipi 2:13

YA AUGUSTINE ALIYEISHI MUDA

Kufikia hatua hii ya maisha yake, **Augustine wa Hippo** alielewa kitu ambacho waumini wengi hawakielewi kikamilifu:

Yake maisha ilikuwa hapana ndefu zaidi Privat.

Sio kwa sababu alitafuta umakini—bali kwa sababu utii unaacha **ushahidi** . Augustine alijua kwamba ushuhuda wenye nguvu zaidi aliotoa haukuwa maandishi yake, mahubiri, au hoja. Ilikuwa kazi inayoonekana ya Mungu iliyochorwa katika tabia yake.

Yeye alikuwa na mara moja alijaribu kwa
mwandishi yake mwenyewe Sasa , alimruhusu
Mungu kuandika.
Wanaume wanaweza

kuhariri masimulizi. Mungu anaandika **mabadiliko** .

MAISHA SOMO

Kila maisha anasema a hadithi—kama makusudi au sivyo.

Maandiko yanatangaza kwamba waumini ni barua hai, zinazosomwa kila mara na ulimwengu. Ya swali ni si *ikiwa* sisi ni kuwa soma, lakini **WHO ni kufanya ya uandishi** .

A maisha imeandikwa na wanaume ni umbo na:

- Utamaduni
- Shinikizo
- Hofu ya maoni

A maisha imeandikwa na Mungu ni umbo na:

- Utiifu
- Toba
- Neema
- Ukweli

Pekee moja hutoa matunda hiyo huvumilia.

KIOO MUDA (BINAFSI) TAFAKARI)

Kukaa kwa uangalifu na hizi maswali:

- WHO ina imekuwa umbo yako hadithi Mungu au watu?
- Nini ujumbe hufanya yako mkondo mtindo wa maisha kuwasiliana?
- Kama mtu "soma" yako maisha, nini ingekuwa wao jifunze kuhusu Kristo?

Roho asichunguze maneno yenu, bali **mifumo yenu** .

KWA UTII

Leo, kwa makusudi wasilisha yako hadithi kwa Mungu.

- Tambua moja eneo wapi wewe kuwa na kuruhusiwa nje sauti kwa umbo wewe
- Kujisalimisha hiyo makusudi kwa ya Mtakatifu Roho
- Omba hii kwa sauti kubwa:

  "Bwana, andika Yako ukweli ndani yangu maisha."

Utiifu ni Mungu wino.

KIKUNDI MJADALA MASWALI

1. Nini hufanya hiyo wastani kwa kuwa a "kuishi waraka" katika vitendo masharti?
2. Jinsi gani hufanya utamaduni jaribio kwa mwandishi yetu utambulisho?
3. Kwa nini hufanya inayoonekana matunda jambo zaidi kuliko maneno kukiri

MAOMBI

Baba, Mimi mavuno yangu maisha kwa Wewe
kama ya Mwandishi. Futa kile ambacho
hukuandika.
Andika Yako ukweli ndani yangu mhusika.
Acha yangu maisha wasiliana Kristo waziwazi kwa ya
ulimwengu. Amina.

UNABII TAMKO

Yangu maisha ni imeandikwa na Mungu, si na wanaume.
Ya Roho ya ya kuishi Mungu maumbo yangu
tabia. Utii wangu unamshuhudia Kristo.
Mimi asubuhi a kuishi waraka, soma na ulimwengu .

KUJITOLEA KWA UTII

Leo, nimejitolea kuishi kimakusudi mbele za Mungu
. mapenzi si ruhusu utamaduni au shinikizo kwa
fafanua mimi.
Mimi chagua kwa kuwa imeandikwa na ya Roho ya ya kuishi Mungu.

KUTAZAMA MBELE KWA SIKU THELATHINI NA MOJA

Sasa hiyo sisi kuelewa **WHO ni uandishi** , sisi lazima kukabiliana **nini inazalishwa** .

SIKU THELATHINI NA MOJA LINI HAPANA MOJA IS

KUTAZAMA

A MFANO KWA **Ingiza**

Ni ni a kawaida wakati.

Hapana tangazo.

Hapana mashahidi.

Hapana shinikizo kutoka mtu yeyote Vinginevyo. Uko peke yako na chaguo.

Ni ndogo vya kutosha kwamba hakuna mtu angeiona ukiipuuza. kutosha hiyo wewe inaweza eleza hiyo mbali. Kimya kutosha hiyo hiyo hisia isiyo na maana.

Na lakini—wewe kusitasita.

Sio kwa sababu ya matokeo. Si kwa sababu ya sifa.

Lakini kwa sababu kitu katika wewe anajua:

hii wakati ni kuwa imeandikwa .

UKWELI ULIO TULIVU

Zaidi ya maisha ni si aliishi imewashwa a hatua.

Inaishi katika vyumba ambavyo hakuna mtu anayepiga makofi, katika maamuzi ambayo hakuna mtu anayerekodi, katika mawazo hapana moja husikia. Maandiko kamwe vitafunio hizi nyakati kama isiyoegemea upande wowote. Ni huzichukulia kama **za uundaji** .

Nini wewe mazoezi katika siri hatimaye inaonekana katika umma.

MAANDIKO AS SHAHIDI

"Yako Baba WHO anaona katika siri mapenzi zawadi wewe waziwazi."

— Mathayo 6:6

"Yeye WHO ni mwaminifu katika nini ni angalau ni mwaminifu pia katika sana."

— Luka 16:10

"Tafuta" mimi, O Mungu, na kujua moyo wangu ."

— Zaburi 139:23

A Mpole MAELEKEZO

Vipi kama leo ungefanya mazoezi ya utii **bila malipo** ?
Sio kwa sababu utaonekana.
Sio kwa sababu hiyo mapenzi
kuwa kusifiwa. Lakini kwa
sababu Mungu anaona.
Chagua jibu sahihi.
Mwambie ya ukweli wewe
inaweza kujificha.
Pinga tabia ambayo hakuna mtu angeijua.
Acha wakati huu uwe wa Mungu pekee.

A SWALI KWA SIT NA

Kama hii wakati walikuwa ya pekee ukurasa mtu milele soma ya yako maisha, nini ingekuwa hiyo sema kuhusu WHO wewe ni kuwa?
Usikimbilie kupita swali. Acha
likusome.

A RAHISI UTEKELEZAJI

Leo, tambua **moja Privat wakati** na chagua utiifu huko. Usitangaze.
Fanya si rekodi
hiyo.
Fanya si eleza
hiyo.
Acha hiyo kuwa
ibada.

A MAOMBI (KIMYA KIMYA IMESEMWA)

Baba,
Fundisha mimi kwa moja kwa moja kabla Wewe, si
kabla watu. Fomu yangu mhusika wapi hapana
moja anaona.
Andika ukweli ndani ya imefichwa maeneo
ya yangu maisha. Ninachagua uaminifu kwa
siri.
Amina.

A LAINI TAMKO

Mimi moja kwa moja kabla ya macho ya Mungu.

Yangu utiifu hufanya si tegemea imewashwa mwonekano.
Mimi chagua uaminifu wakati hapana moja anaangalia .

KUTAZAMA MBELE KWA SIKU THELATHINI NA MBILI

Kesho, ya mpangilio mabadiliko.
Kuna *watu* wanaokutazama—lakini wanakuelewa vibaya.
Tutachunguza:

SIKU THELATHINI NA MBILI – Wakati Wewe Hawaeleweki Vizuri

Jinsi gani a kuishi barua anajibu wakati soma kimakosa.

SIKU THELATHINI NA MBILI

LINI WEWE JE KUTOFAULU

A **MFANO KWA Ingiza**

Wewe maana vizuri.

Nia yako ilikuwa safi.

Maneno yako yalikuwa

makini . uamuzi ilikuwa

maombi.

Hata hivyo kwa namna fulani, nini wengine kusikia ilikuwa si nini wewe Walichodhani si kile ulichobeba.

Nini wao kurudiwa ilikuwa si nini kweli Ilitokea.

Unahisi hamu ya kuelezea.

Kwa sahihi ya rekodi.

Ili kujitetea.

Na wewe pause.

THE MTULIVU MSUKUMO

Kueleweka vibaya ni mojawapo ya uzoefu usiofurahisha zaidi wa utii.

Ni hisia wasio wa haki.

Ni hisia kufichua.

Ni hisia kama ukimya huenda angalia kama hatia.

Lakini Maandiko hayaahidi kamwe kwamba utii utatafsiriwa kwa usahihi kila wakati. Wakati mwingine, uaminifu hujaribiwa si kwa upinzani—bali kwa **kusoma vibaya** .

Nini wewe fanya inayofuata mambo muhimu zaidi kuliko nini ilikuwa alisema.

MAANDIKO AS SHAHIDI

"Wakati Yeye ilikuwa kutukanwa, Yeye alifanya si matusi katika kurudi."

— 1 Petro 2:23

"A" nzuri jina ni badala yake kwa kuwa kuchaguliwa kuliko nzuri utajiri."

— Mithali 22:1

"Kujitolea" yako njia kwa ya Bwana... na Yeye lazima kuleta hiyo kwa kupita."

— Zaburi 37:5

A Mpole MAELEKEZO

Vipi kama leo ungemwamini **mhusika kuliko ufafanuzi** ? kila kutokuelewana mahitaji a majibu. Sio kila shutuma inayohitaji maelezo. Sio kila ukimya ni kujisalimisha.

Wakati mwingine, jibu la uaminifu zaidi ni kubaki thabiti—kuruhusu muda, ukweli, na matunda kwa zungumza zaidi waziwazi kuliko ulinzi milele angeweza.

A SWALI KWA SIT NA

Fanya wewe uaminifu Mungu kutosha kwa acha Yeye **tetea** , au unahisi unawajibika kudhibiti simulizi? Hebu ya swali tulia kabla wewe jibu hiyo.

A RAHISI UTEKELEZAJI

pinga hamu ya kurekebisha kutokuelewana moja.
kudumu.
Sio bila kujali.
Lakini kwa
maombi. Omba
Mungu:
"Je, yangu majibu inahitajika—au ni yangu uthabiti ya kutosha?
Kisha kitendo ipasavyo.

A MAOMBI (KIMYA KIMYA IMESEMWA)

Baba,
Wewe tazama nini wengine kusoma vibaya.
Fundisha mimi kwa jibu na hekima, si hofu.
Nisaidie kukuamini Wewe kuhusu sifa
yangu.
Mimi mahali yangu jina katika
Yako utunzaji. Amina.

A LAINI TAMKO

Mimi fanya si jitahidi kwa tetea mimi mwenyewe. Mungu ni ya mlinzi ya yangu jina.

Mimi kubaki mwaminifu wakati kutoeleweka.

KUTAZAMA MBELE KWA SIKU THELATHINI NA TATU

Kesho, ya mvutano huzidi.

Gharama si kutoelewana tena— ni

uhusiano .

Sisi mapenzi chunguza:

SIKU THELATHINI NA TATU – Wakati Ukweli Gharama Wewe Mahusiano

Jinsi gani a kuishi barua anaongea kwa uaminifu bila kujaribu kwa udhibiti ya matokeo.

SIKU THELATHINI NA TATU

UKWELI UNAPOKUGHARIMU MAHUSIANO

A **MFANO KWA Ingiza**
Wewe alifanya si mpango umbali .
Ni ilitokea polepole—
a pause katika
mazungumzo,
mabadiliko ya sauti,
a isiyotamkwa mvutano.
Wewe alizungumza kwa uaminifu,
lakini si kwa ukali. Wewe chagua
uadilifu, si uchochezi. Hata hivyo, kitu
kilibadilika.
Uhusiano haukuvunjika sana .
imepeperushwa .
Na wewe hisia ya uzito ya hiyo.

THE MTULIVU MAPAMBANO

Ukweli mara nyingi hubeba a gharama sisi mara
chache andaa Sio kukataliwa na wageni—
lakini umbali kutoka watu sisi utunzaji kuhusu.

Maandiko kamwe ahadi hiyo ukweli mapenzi daima kuwa kukaribishwa. Wakati mwingine hufichua, huvuruga, au huvuruga kile ambacho wengine hawako tayari kukabiliana nacho . nyakati, mapenzi ni majaribio—si na ukimya, lakini na **mwaminifu uaminifu bila udhibiti** .

Wewe haiwezi amua vipi wengine jibu.
Wewe kopo pekee amua vipi wewe
kubaki. **MAANDIKO KAMA**

USHAHIDI

"Niko Mimi sasa kutafuta ya idhini ya mwanaume, au ya Mungu?"

— Wagalatia 1:10
"Kuzungumza" ya ukweli
katika upendo."
— Waefeso 4:15
"Heri" ni wewe wakati watu tusi wewe... kwa sababu kwangu ."
— Mathayo 5:11

A Mpole MAELEKEZO

Vipi kama leo ungeacha hitaji la **kuhifadhi matokeo** ? Wewe kopo mapenzi kwa undani na bado kuwa kutokubaliana na.
Wewe kopo zungumza ukweli kwa upole na bado kuwa walipinga.
Wewe kopo kubaki mwaminifu bila kulazimisha upatanisho. Jukumu lako ni utii.
Mungu uwajibikaji ni moyo .

A SWALI KWA SIT NA

Je, wewe zaidi hofu ya kupoteza mahusiano —au ya kupoteza uadilifu?
Kukaa na ya swali ndefu kutosha kwa jibu kwa uaminifu.

A RAHISI UTEKELEZAJI

Leo, chagua uaminifu juu kutuliza. Usijiondoe.
Fanya si Eleza kupita kiasi. Usifanye ugumu.
Baki aina. Baki mkweli.
Baki wazi—bila kufukuza kukubalika.

A MAOMBI (KIMYA KIMYA IMESEMWA)

Baba,
Wewe kujua ya gharama ya ukweli inayozungumzwa katika upendo. Msaada mimi kubaki mwaminifu bila chuki.
Mlinzi yangu moyo kutoka maelewano na kutoka ugumu. Ninakuamini katika kila uhusiano.
Amina.

A LAINI TAMKO

Mimi chagua ukweli inayozungumzwa katika upendo.

Mimi kutolewa udhibiti juu matokeo.
Mimi kubaki mwaminifu, hata wakati hiyo gharama.

KUTAZAMA MBELE KWA SIKU THELATHINI NA NNE

Kesho, ya umakini zamu ndani tena. Sio kwa hukumu—bali kwa urejesho.

Tutachunguza:

SIKU THELATHINI NA NNE – Wakati Wewe Kushindwa Baada ya Kujua Bora zaidi

Jinsi gani a kuishi barua anajibu baada ya a kujikwaa.

SIKU THELATHINI NA NNE

UNAPOSHINDWA BAADA YA KUJUA VYEMA ZAIDI

AMFANO KWA Ingiza

Ni inakushangaza—sio kwa sababu ni ilitokea, lakini **kwa** sababu **ulijua bora zaidi** .

Wewe alikuwa na
umekua. Wewe
alikuwa na
kujifunza.
Wewe alikuwa na kutatuliwa si kwa kurudi hapo tena.
Na bado, hapa unakabiliwa na wakati ambao ulidhani umekua. Hakuna kuanguka kwa ghafla.
Tu a kimya ufahamu.
A inayojulikana kukata tamaa.
Na a swali kutengeneza chini ya uso:
"Nini?" hufanya hii sema kuhusu mimi sasa?"

THE MTULIVU HATARI

Kushindwa baada ya ukuaji hubeba uzito wa
kipekee. Hukushawishi kujificha badala ya
kutubu.
Kwa kutoa pesa badala ya kurudi.
Kwa fanya nguvu badala yake kuliko mazoezi
uaminifu. Lakini Maandiko hayachukulii toba kama
kurudi nyuma. Yanaichukulia kama **mwendelezo**
.
Ya hatari ni si kuanguka.
Ya hatari ni kujifanya wewe hakufanya hivyo.

MAANDIKO AS SHAHIDI

"Kama sisi kukiri yetu dhambi, Yeye ni mwaminifu na tu kwa samehe sisi."
— 1 Yohana 1:9

"A" mwenye haki mwanaume huenda vuli saba nyakati na kupanda tena."
— Mithali 24:16
"Unda" katika mimi a safi moyo, O Mungu."
— Zaburi 51:10

A Mpole MAELEKEZO

Vipi kama leo ungefanya **toba ya wazi** ? kujihukumu.
Sio kutoa visingizio.
Sio lugha ya kiroho ya kufunika usumbufu.
Ila tu uaminifu.
Jina nini imetokea. Lete
hiyo ndani ya mwanga.
Ruhusu neema irejeshe uadilifu—si kufuta uwajibikaji.
Ukuaji hauthibitishwi na ukamilifu.
Ni ni imethibitishwa na **vipi haraka sisi**
kurudi . **SWALI LA KUKAA**
NALO

Wakati wewe kushindwa, fanya wewe hoja **kuelekea Mungu**
—au kimya kimya vuta mbali?
Acha ya swali soma yako silika.

A RAHISI UTEKELEZAJI

Leo, zungumza kwa uaminifu kwa Mungu kuhusu
moja kushindwa. Hapana maelezo.
Hapana
ulinganisho.
Hapana
kuchelewa.
Kisha chukua moja ndogo hatua kwa panga upya—
si kwa thibitisha chochote, lakini kwa kurudi kikamilifu.

A MAOMBI (KIMYA KIMYA IMESEMWA)

Baba,
Ninakuletea kushindwa kwangu bila
kujificha. Asante Wewe hiyo neema bado
hukutana mimi hapa. Rejesha yangu
uadilifu na upya yangu Moyo wangu.
Ninachagua toba badala ya kurudi

nyuma.

Amina.

A LAINI TAMKO

Mimi fanya si ficha baada ya kushindwa. Neema inanirejesha na ukweli unanifanya niwe mpya. Ninainuka tena na kuendelea kwa uaminifu.

KUTAZAMA MBELE KWA SIKU THELATHINI NA TANO

Kesho, ya lenzi zamu nje tena. Hii wakati, ya msomaji ni si wanajitahidi—**wanaaminika** .

Sisi mapenzi chunguza:

SIKU THELATHINI NA TANO – Wakati Wewe Kuwa na Mamlaka

Jinsi gani a kuishi barua hubeba ushawishi bila kutumia vibaya hiyo.

SIKU THELATHINI NA TANO UKIWA NA MAMLAKA

A **MFANO KWA Ingiza**
Wewe taarifa hiyo polepole.
Watu pause wakati wewe
zungumza. Wanauliza maoni
yako.
Wao rekebisha yao maamuzi msingi imewashwa yako maneno.
Wewe alifanya si uliza kwa hii nafasi—lakini wewe sasa
chukua Mamlaka imefika kimya kimya .
Sio na a cheo.
Sio na a tangazo. Lakini kwa
ushawishi.
Na swali si tena kama unaongoza— lakini **vipi** .

THE MTULIVU JARIBIO

Mamlaka hufunua kile ambacho umbo
limejenga. Haijengi tabia.
Ni hufichua hiyo.
Mamlaka kopo kuwa kutumika kwa
kutumikia—au kwa Kulinda —au kushinikiza.
Kwa mwongozo—au kwa udhibiti.

Maandiko huchukulia mamlaka kama uwakili, si haki. Unachofanya na ushawishi maumbo si pekee matokeo, lakini **watu** .

MAANDIKO AS SHAHIDI

"Yeyote yule matamanio kwa kuwa nzuri miongoni mwa wewe, acha yeye kuw yako mtumishi."
— Mathayo 20:26
"Sio bwana hiyo juu hizo waliokabidhiwa kwa wewe, lakini kuwa mifano."

— 1 Petro 5:3

"Kwa nani sana ni kupewa, sana mapenzi kuwa inahitajika."
—Luka 12:48

A Mpole MAELEKEZO

Vipi kama leo ungefuata **uongozi uliodhibitiwa** ? Bila kusisitiza kila maoni.
Sio kurekebisha kila kosa.
Kutotumia ushawishi kulinda faraja.
Sikiliza ndefu zaidi.
Sema kwa uangalifu.
Tenda kwa ufahamu kwamba maneno yako yana uzito.
Mamlaka ni salama zaidi yanapotekelezwa kwa wepesi.

A SWALI KWA SIT NA

Je, yako ushawishi tengeneza watu **zaidi bure**
—au zaidi mwangalifu karibu wewe?
Acha ya swali onyesha sauti, si nia.

A RAHISI UTEKELEZAJI

Leo, tumia mamlaka kwa **kulinda** , si kwa kuvutia.

- Mwaliko mwingine sauti ndani uamuzi
- Polepole chini a majibu hiyo inaweza nguvu kupita kiasi
- Chagua utunzaji juu udhibiti

Acha watu hisia salama chini ya yako ushawishi.

A MAOMBI (KIMYA KIMYA IMESEMWA)

Baba,
Wewe tazama ya ushawishi Wewe kuwa na waliokabidhiwa kwa Linda moyo wangu kutokana na kiburi na matumizi mabaya.
Fundisha mimi kwa risasi na unyenyekevu na Utunzaji. Acha mamlaka yangu yaakisi moyo wako.
Amina.

A LAINI TAMKO

Nina ushawishi kwa

unyenyekevu. Mamlaka yangu
hutumikia, si udhibiti.
Mungu maumbo wengine kupitia yangu uaminifu.

KUTAZAMA MBELE KWA SIKU THELATHINI NA SITA

Kesho, ya jaribio inakuwa zaidi hila. Sio
mamlaka—
lakini **utendaji** .
Tutachunguza:
SIKU THELATHINI NA SITA – Wakati Wewe Je, Imejaribiwa kwa Onyesha
Jinsi gani a kuishi barua mabaki waaminifu wakati mwonekano ongezeko.

SIKU THELATHINI NA SITA

LINI WEWE JE IMEJARIBIWA KUTENGENEZA

AMFANO KWA Ingiza

Wewe taarifa a zamu.

Wewe ni zaidi ufahamu ya vipi wewe sauti. Kuwa mwangalifu zaidi kuhusu jinsi unavyoonekana.

Kuwa mwangalifu zaidi na kile ambacho watu wanatarajia kutoka kwako. Hakuna ni uongo—lakini kitu hisia **Umeweza** . Bado unafanya mambo sahihi.

Bado akisema ya kulia maneno. Bado anaonekana.

Hata hivyo chini hiyo wote, hapo ni shinikizo. Kutotii—

lakini kwa **kudumisha** .

THE MTULIVU HATARI

Utendaji mara nyingi kujificha yenyewe kama uaminifu. Inaonekana kama nidhamu.

Ni sauti kama Inahisi kama ni wajibu.

Lakini utendaji polepole hubadilisha Uwepo wako. Unaacha kuuliza, *"Je, mimi ni mkweli?"*

na anza kuuliza, *"Vipi asubuhi Mimi kuwa kueleweka?"*

Maandiko kamwe simu sisi kwa

Inatuita tudumu .

MAANDIKO AS SHAHIDI

"Hii watu heshima Mimi na yao midomo, lakini yao moyo ni mbali kutoka Mim

— Mathayo 15:8

"Chochote kile wewe fanya, fanya hiyo kwa moyo wote, kama kwa ya Bwana."

— Wakolosai 3:23

"Mwanaume inaonekana katika ya nje mwonekano, lakini ya Bwana inaonekana katika ya moyo."

— 1 Samweli 16:7

A Mpole MAELEKEZO

Vipi kama leo ungefanya **mambo ya uaminifu yaliyofichwa** ? Fanya jambo la uaminifu ambalo hakuna mtu anayeliona.
Zungumza kwa uaminifu mahali ambapo utendaji ungekuwa rahisi zaidi. Acha nenda ya ya shinikizo kwa kuonekana thabiti—
na chagua kwa **kuwa** thabiti.
Mungu ni si kuvutiwa na
Anapendezwa na ukweli.

A SWALI KWA SIT NA

Kama hapana moja walikuwa kutazama,
Je, utii wako ungeonekana vile vile?
Acha swali lichunguze kimya kimya.

A RAHISI UTEKELEZAJI

Leo, kutolewa moja inayoendeshwa na utendaji tabia.

- Omba bila polish
- Hudumia bila kuwa kuonekana
- Tii bila ishara hiyo

Acha uaminifu pumzi tena.

A MAOMBI (KIMYA KIMYA IMESEMWA)

Baba,
Bure mimi kutoka ya hitaji kwa kufanya.
Rudisha moyo wangu kwenye uaminifu rahisi. Acha yangu utiifu mtiririko kutoka upendo, si shinikizo. Mimi chagua uaminifu kabla Wewe.

Amina.

A LAINI TAMKO

Mimi fanya si fanya kwa idhini.
Yangu utiifu mtiririko kutoka ukweli na
Mungu huona moyo wangu, na hiyo
inatosha .

KUTAZAMA MBELE KWA SIKU THELATHINI NA SABA

Kesho, mvutano utabadilika tena. Sio tena
kuhusu unachofanya—
lakini nini wewe **fanya si**

Tutachunguza :

SIKU THELATHINI NA SABA – Wakati Ukimya Je, Rahisi zaidi Kuliko Shahidi

Jinsi gani a kuishi barua anajibu wakati ujasiri inahitajika .

SIKU THELATHINI NA SABA

LINI UKIMYA IS RAHISI ZAIDI KULIKO SHAHIDI

AMFANO KWA Ingiza
Ya wakati pasi haraka.
A maoni imetengenezwa .
An dhana huenda bila kupingwa.
Fursa ya utulivu hufunguka—na
hufungwa. Uliihisi.
Hiyo ndani sukuma.
Hiyo kifupi ufahamu: *Mimi inaweza zungumza hapa.*
Lakini wewe hakufanya hivyo.
Sio kwa sababu ulikataa ukweli—
bali kwa sababu ukimya ulihisi
rahisi zaidi.

THE MTULIVU MSUKUMO

Ukimya mara chache huwa hauna upande wowote. Wakati mwingine ukimya huwa hauna upande wowote. hiyo ni hekima. Wakati mwingine hiyo ni kujizuia.

Lakini wakati mwingine, hiyo ni hofu kujificha
kama amani. Maandiko hayatuambii kamwe kusema
kila mara—
lakini inatuita kuwa waaminifu wakati ukweli unahitaji sauti.

Hatari si upinzani mkali.

Ni ni kimya kuachwa.

MAANDIKO AS SHAHIDI

"Yeyote yule anakanusha Mimi kabla wanaume, yeye Mimi mapenzi pia kataa kabla Yangu Baba."

— Mathayo 10:33

"Acha yako mwanga hivyo kung'aa kabla wanaume."

— Mathayo 5:16

"Ukikaa kimya wakati huu, unafuu na ukombozi utatoka kwa mwingine mahali.

— Esta 4:14

A Mpole MAELEKEZO

Nini ikiwa leo wewe mazoezi **jasiri upole** ? Sivyo ?
hoja.
Sio mzozo. Sio
utendaji.
kwa uwazi inapohitajika. ni si kuwajibika kwa vipi ukweli ni
imepokelewa.
Wewe ni kuwajibika kwa kama hiyo ni imezuiliwa.

A SWALI KWA SIT NA

Wakati wewe kaa kimya,
ni hiyo kwa sababu hekima simu
kwa ni— au kwa sababu hofu
ndiyo inayofanya hivyo?
Acha ya swali tofauti ya mbili.

A RAHISI UTEKELEZAJI

Leo, zungumza mara moja ambapo kwa kawaida ungekaa
kimya . kwa sauti kubwa.
Sio kwa
kujilinda. Tu
kwa uaminifu.
A sentensi.
A swali.
A kimya uwazi.
Acha yako maisha kuwa soma **kwa sauti kubwa** .

A MAOMBI (KIMYA KIMYA IMESEMWA)

Baba,
Nipe utambuzi wa kujua wakati ukimya ni hekima na
wakati ni kuepuka.
Imarisha mimi kwa zungumza ukweli na unyenyekevu na
ujasiri. Mimi chagua uaminifu juu faraja.
Amina.

A LAINI TAMKO

Mimi fanya si ficha yangu imani katika ukimya.

Nasema ukweli unapohitaji sauti.

Mungu hutoa mimi ujasiri na upole.

KUTAZAMA MBELE KWA SIKU THELATHINI NA NANE

Kesho, ya jaribio ni si ujasiri— ni

uvumilivu .

Sisi mapenzi chunguza:

SIKU THELATHINI NA NANE – Wakati Wewe Je, Uchovu ya Kuwa Sambamba

Jinsi gani a kuishi barua mabaki mwaminifu wakati uchovu seti ndani.

SIKU THELATHINI NA NANE

LINI WEWE JE UCHOVU YA KUWA THABITI

A **MFANO KWA Ingiza**

Hakuna ni vibaya.

Hapo ni hapana

mgogoro. Hapana

mgogoro.

Hapana tamthilia

kushindwa. Tu

marudio.

zile zile. sawa

taaluma.

Ya sawa uaminifu—siku baada ya siku.

Hujakata tamaa.

Wewe ni **nimechoka** .

Na mahali fulani chini ya uchovu, a mawazo fomu:

Je, hii bado jambo?

THE MTULIVU UCHOVU

Uthabiti mara chache huhisi

kama kishujaa. Huhisi kama

hauonekani.

Haijashereheke

wa. Kawaida.

Maandiko kamwe hutukuza msisimko—ni heshima uvumilivu. Uaminifu juu wakati maumbo mhusika zaidi kwa undani kuliko nyakati ya nguvu milele angeweza.

Ya hatari ni si kusimama moja kwa moja.

Ni ni **kuelea** - kulegea viwango kwa sababu uchovu minong'ono ruhusa.

MAANDIKO AS SHAHIDI

"Acha sisi si kukua uchovu wakati kufanya nzuri.

— Wagalatia 6:9
"Yeye WHO huvumilia kwa ya mwisho lazima kuwa kuokolewa."
— Mathayo 24:13
"Kuwa imara, isiyoweza kuhamishika, daima wingi katika ya kazi ya ya Bwana."
— 1 Wakorintho 15:58

A Mpole MAELEKEZO

Vipi kama leo ungeheshimu uaminifu **bila kuuhisi** ?
Usitafute motisha.
Usisubiri upya. Tu.
kubaki.
Uthabiti hautegemezwi na hisia—
huendelezwa na kusadiki.

A SWALI KWA SIT NA

Je, unajaribiwa kulegeza utii si kwa
sababu ni mbaya—
lakini kwa sababu wewe ni umechoka?
Acha ya swali jina nini wewe kuhisi.

A RAHISI UTEKELEZAJI

Leo, kurudia moja mwaminifu mazoezi
imewashwa kusudi . Sio otomatiki.
Sio kwa
kinyongo.
Lakini kwa
makusudi.
Acha yako uthabiti kuwa a kitendo ya ibada.

A MAOMBI (KIMYA KIMYA IMESEMWA)

Baba,
Wewe tazama ya uchovu Mimi kubeba.
Imarisha mimi kwa kubaki mwaminifu wakati nishati ni
chini. Unifanye upya uvumilivu wangu—si kwa msisimko,
bali kwa neema. Ninachagua kubaki.
Amina.

A LAINI TAMKO

Mimi kubaki mwaminifu hata wakati Mimi asubuhi uchovu.

Mungu neema hudumisha yangu

Uthabiti wangu bado ni muhimu .

KUTAZAMA MBELE KWA SIKU THELATHINI NA TISA

Kesho, ya umakini hupanuka.

Yako maisha ni kuwa soma—sio kwa kawaida,

lakini Tutachunguza **kwa karibu** :

SIKU THELATHINI NA TISA – Wakati Yako Maisha Je, Soma Kwa karibu

Jinsi gani mpangilio anaongea sauti kubwa zaidi kuliko nia.

SIKU THELATHINI NA TISA

LINI YAKO MAISHA IS SOMA KWA KARIBU

A MFANO KWA Ingiza

Wewe taarifa hiyo bila kuwa aliiambia.

Mtu saa vipi wewe jibu.

Sio nini wewe sema—lakini nini wewe fanya ijayo. Sio imani yako—bali msimamo wako thabiti. Hawaulizi maswali.

Wao fanya si changamoto

Wanakuangalia tu.

Maisha yako

yanasomwa—polepole,

kwa uangalifu, kimya

kimya . **ASILI UKWELI**

Sio yote wasomaji tangaza Wengine

walisoma kimya kimya.

Baadhi soma juu wakati.

Baadhi soma si kwa msukumo, lakini kwa **uthibitishaji** .

Maandiko hufundisha hiyo imani ni hatimaye kuchunguzwa—sio na nia, lakini kwa matunda. Wakati maisha ni soma kwa karibu, mpangilio mambo muhimu zaidi kuliko maelezo.

Uthabiti unakuwa uaminifu.

Uadilifu unakuwa uwazi.

MAANDIKO AS SHAHIDI

"Wewe" mapenzi kujua wao na matunda yao ."

— Mathayo 7:16

"Acha yako mwenendo kuwa anastahili ya ya injili ya Kristo."

— Wafilipi 1:27

"Toa vitu waaminifu katika ya kuona ya yote wanaume."
— Warumi 12:17

A Mpole MAELEKEZO

Vipi kama leo ungefanya mazoezi **ya utulivu** ?
Hapana. matangazo.
Hapana marekebisho kwa
Hakuna utii wa kuchagua .
Tu moja kwa moja ya
sawa njia— kama
alitazama au sivyo.
Upangaji hauhitaji juhudi.
Unahitaji **uaminifu** .

A SWALI KWA SIT NA

Kama mtu ikifuatwa yako maisha kwa karibu kwa moja wiki, wangeelewa injili gani?
Fanya si jibu haraka.
Acha ya swali kukaa. **A**

RAHISI

UTEKELEZAJI

Leo, ondoa moja kutofautiana. Sio
hadharani.
Sio kwa kiasi
kikubwa. Lakini
makusudi.
Acha utiifu kuwa isiyo na mshono.

A MAOMBI (KIMYA KIMYA IMESEMWA)

Baba,
Panga maisha yangu na ukweli
ninaousema. Acha mwenendo wangu
uonyeshe waziwazi kuhusu Kristo.
Ondoa utata unaomchanganya shahidi.
Ninachagua uadilifu mbele zako.
Amina.

A LAINI TAMKO

Yangu maisha huakisi ya injili Mimi
Natembea katika uadilifu na
uadilifu .

Kristo ni waziwazi kuonekana kupitia yangu utiifu.

KUTAZAMA MBELE KWA SIKU Arobaini

Kesho ni si a Somo. Ni

somo la **kutuma** .

Wewe mapenzi si kuwa aliuliza kwa jifunze zaidi—

wewe mapenzi kuwa aliuliza kwa **moja kwa moja makusudi** . **SIKU Arobaini – Sasa Nenda, na Kuwa Soma**

SIKU Arobaini

SASA NENDA — NA BE SOMA

A MWISHO ENEO KWA **Ingiza**

Wewe kuwa na kufikiwa ya mwisho ya ya kurasa.
Hapo ni hapana makofi.
Hapana hitimisho imefungwa
kwa usahihi. Wakati huu tu.
Ufahamu wa kimya kimya kwamba hakuna kingine
kinachohitaji kujifunza— ila tu **aliishi** .
Wewe ni hapana ndefu zaidi pekee
a msomaji. Wewe ni sasa ya
mwendelezo. **UKWELI WA
MWISHO**
Maandiko ilikuwa kamwe maana kwa
mwisho imewashwa karatasi. Ni ilikuwa
maana kwa kuwa **iliyojumuishwa** .
Kile ulichopokea siku hizi hakikuwa taarifa pekee, bali ni malezi.
Mpangilio.
Mwaliko.
Sasa, yako maisha inakuwa ya
maandishi. Yamesomwa na
familia.
Soma na wageni.
Soma na hizo WHO kamwe fungua a
Biblia. Inasomwa na Mungu
Mwenyewe.

MAANDIKO AS MWISHO SHAHIDI

"Wewe" ni yetu waraka... inayojulikana na soma na watu wote ."

— 2 Wakorintho 3:2–3

"Kwa yao matunda wewe mapenzi kujua wao."

— Mathayo 7:16

"Kama ya Baba ina imetumwa Mimi, Mimi pia tuma wewe."
— Yohana 20:21

A AGANO KWA TENGENEZA (SOMA Polepole)

Leo, wewe ni si aliuliza kwa ahadi ukamilifu. Wewe ni aliuliza kwa ahadi **uaminifu** .
Kuishi kwa
uaminifu . toba
haraka. Kutii
kimya kimya.
Kupenda kwa
undani.
Kuvumilia kwa
uthabiti. Sio kwa kuwa
ya kuvutia— lakini
kuwa **kweli** .

A BINAFSI KUJITOLEA

(Soma kwa sauti kubwa ikiwa inawezekana)

Mimi kujitolea kwa kuishi kama a kuishi barua ya Kristo. Mimi chagua utiifu juu urahisi.
Ukweli kuliko utendaji. Uaminifu juu idhini.
Mimi mapenzi ruhusu yangu maisha kwa kuwa soma waziwazi.
Mimi mapenzi tembea katika mpangilio wakati hapana moja anaona.
Mimi mapenzi kuwakilisha Kristo na unyenyekevu na ujasiri. Maisha yangu ni ya Mungu.
Yangu shahidi ni mali kwa ya ulimwengu. Amina.

A MWISHO TAMKO

Mimi asubuhi imeandikwa na ya Roho ya ya kuishi Mungu. Maisha yangu yanaakisi injili ya Kristo.
Mimi ni shahidi mwaminifu katika kizazi changu. nenda sasa—kwa moja kwa

moja nini Mimi amini.

A KUTUMA MAOMBI

Baba,

Sisi kutolewa hii msomaji ndani ya ulimwengu kama Yako kuishi Linda uadilifu wao.

Imarisha yao utiifu.

Acha yao maisha zungumza waziwazi wapi maneno kushindwa.

Mei Kristo kuwa kuonekana kupitia
matunda yashuhudie ukweli.
Mei yao shahidi vumilia.
Tuma wao—
si kwa kufanya,
lakini kwa moja kwa moja kwa
uaminifu kabla Wewe. Amina.

SASA NENDA

Funga ya
kitabu. Fungua
yako maisha.
Na usome.

HITIMISHO

THE UKURASA MWISHO — THE SHAHIDI ANAENDELEA

Tyake kitabu ilikuwa kamwe maana kwa kuwa imekamilika na seti kando. Ni ilikuwa maana kwa **alama a kugeuka** .

Kile ulichopitia si tu mfuatano wa ibada, tafakari ya kihistoria, au zoezi la kiroho. Ni mwaliko wa kuishi maisha ambayo Maandiko yenyewe madai lakini utamaduni mara nyingi huepuka: a maisha hiyo kopo kuwa **soma** .

Imani ya Kikristo haikuundwa kamwe kubaki kwenye kurasa, mimbari, au Privat imani. Kutoka ya mwanzo, Mungu nia ina Ungekuwa wazi—Ukweli wake ungeandikwa mioyoni, uelezwe kupitia maisha, na kufasiriwa na ulimwengu kupitia matunda yanayoonekana.

Hii ni ya uzito ya kuwa a kuishi waraka.

Ya maisha ya Augustine vikumbusho sisi hiyo mabadiliko ni si papo hapo, utii si rahisi, na uaminifu si bure. Hata hivyo, ushuhuda wake wa kudumu pia unathibitisha jambo muhimu vile vile: wakati maisha yanaposalimuliwa kwa Mungu uandishi, hiyo inakuwa inayosomeka ng'ambo karne nyingi.

Roho yule yule aliyeandika kwenye moyo wa Augustine sasa anaandika kwenye moyo wako . hitimisho ya hii kitabu hufanya si uliza wewe kwa penda hiyo ukweli.

Ni anauliza wewe kwa **kujumuisha** hiyo.

Kuanzia hapa na kuendelea, maisha yako yataendelea kusema—iwe kwa makusudi au la. Yatasomwa katika maamuzi ya kibinafsi, katika nyakati zisizo na ulinzi, katika mateso na uvumilivu, katika mamlaka na unyenyekevu, katika toba na uvumilivu.

Swali linalobaki si kama maisha yako yatasomwa. Ni **nini hiyo mapenzi sema** .

Mei hiyo zungumza ukweli bila upotoshaji.

Na izae matunda bila utendaji. Na iweze kuzaa matunda bila matokeo. hiyo tafakari Kristo bila maelewano.

Na maisha yako yanapochunguzwa—na watu, kwa wakati, na hatimaye na Mungu—na iwe wazi kwamba umemruhusu Roho wa Mungu aliye hai kuandika kwa uhuru, kwa uaminifu, na kikamilifu.

Ya kitabu hufunga hapa. shahidi hufanya sivyo.

Nenda—na moja kwa moja nini wewe amini.

PIGA SIMU KWA UTEKELEZAJI

A Ushirikiano kwa ya Mavuno

A Unapofunga kitabu hiki, tunakualika uendelee na safari hatua moja zaidi—sio pekee katika yako mwenyewe maisha, lakini ndani ya maisha ya isitoshe roho
ng'ambo ya mataifa.

Kama ya ujumbe kutoka Mungu Tai Wizara (GEM) kuwa na kuimarishwa, kuamka, au imepangwa upya yako moyo, sisi kwa unyenyekevu uliza wewe kwa kwa maombi fikiria **kushirikiana na sisi kwa ya sake ya ya mavuno** . Ya ulimwengu ni njaa kwa ukweli, tumaini, na sauti ya upole lakini isiyo na shaka ya Roho Mtakatifu, na pamoja tunaweza mahali hizi ujumbe wapi wao ni inahitajika wengi.

Sisi amini vyombo vya habari ni zaidi kuliko teknolojia—ni ni a **kiroho wavu** waigizaji ndani kabisa ya mataifa, vijiji, miji, na sehemu zilizofichwa. Kupitia filamu, video, redio, na dijitali huduma, GEM ni kufikia watu WHO huenda kamwe ingiza a kanisa, lakini ni nani mioyo ni pana fungua kwa kukutana ya kuishi Kristo.

Yako ushirikiano hutusaidia :

1. Mazao Kujazwa Roho Filamu na Video Maudhui

Hadithi na mafundisho yanayoponya, kuhamasisha, na kufichua upendo wa Yesu kwa njia zilizo wazi, zinazoweza kueleweka, na zinazobadilisha maisha.

2. Tangazo ya Injili imewashwa Redio

Kupeleka Neno la Mungu magerezani, hospitalini, katika jamii za vijijini, na maeneo ya mbali zaidi ya intaneti fikia—wapi matumaini ni chache na ukweli ni thamani.

3. Panua Yetu Kijamii Vyombo vya habari Kufundisha na Ufuasi Kampeni

Ibada za kila siku, maombi, na mafundisho yanayowaimarisha waumini, kurejesha familia, na kuwaandaa wanafunzi duniani kote.

Kwa nini Yako Usaidizi Mambo

KILA UJUMBE IMETOLEWA inakuwa a mbegu ya mwanga.

Kila kufundisha inakuwa a ripple ya mabadiliko.

Kila kitendo ya ukarimu inakuwa sehemu ya Mungu kimataifa mavuno.

Yako kutoa husaidia hii huduma fikia roho sisi huenda kamwe kukutana imewashwa ardhi, lakini hakika kukutana katika milele. Hapo ni hapana isiyobadilika kiasi—toa pekee kama ya Bwana anaongoza wewe. Kila zawadi, kubwa au ndogo, michezo a sehemu katika kusonga mbele ya Ufalme.

Kwa Mshirika au Toa:

PayPal : https://www.pa ypal.com/ncp/payment/D6NEFW56KG8LU **Tithe.ly:** https://tithe.ly/give?c=308311

Flutterwive – https://flutterwave.com/donate/bbkpkokehxlw

WOTE KUTOA NJIA:

https : //www.ot akada.org/partnership-giving

Asante kwa kusimama nasi.

Asante wewe kwa kupanda ndani ya mavuno.

Asante wewe kwa kusaidia sisi kuleta ya ujumbe ya Kristo kwa ya mataifa.

Bwana awabariki sana, awaongeze kwa wingi, na awazidishe kila mbegu mtakayopanda kwa utukufu wake.

Katika Yesu hodari jina, Amina.

—Balozi Jumatatu O. Ogbe, Zakaria Godseagle; Faraja Ladi Ogbe

Mwanzilishi, Huduma za God's Eagle (GEM)

www.otakada.org [1]

1. http://www.otakada.org

Jinsi gani kwa Kuwa Kuzaliwa Tena na Anza a Mpya Maisha na Kristo

Maybe umewahi kutembea na Yesu kabla, au labda umewahi tu alikutana Yeye kupitia hizi 40 siku. Lakini kulia sasa, kitu ndani wewe ni kuchochea.

Wewe ni tayari kwa zaidi kuliko dini.

Wewe ni tayari kwa **uhusiano** .

Wewe ni tayari kwa sema, "Yesu, Mimi

hitaji Wewe." Huu ndio ukweli:

"Kwa maana wote wamefanya dhambi; sote tunapungukiwa na kiwango cha utukufu wa Mungu ... lakini Mungu, katika Yake neema, kwa uhuru hufanya sisi kulia katika Yake kuona."

— Warumi 3:23–24 (NLT)

Wewe siwezi pata

Wokovu. Huwezi

kujirekebisha.

Lakini Yesu tayari kulipwa ya kamili bei — na Yeye ni kusubiri kwa karibu nyumbani .

Jinsi gani kwa Kuwa Kuzaliwa Tena

Kuwa kuzaliwa tena maana kujisalimisha yako maisha kwa Yesu — kukubali Msamaha wake , kuamini kwamba alikufa na kufufuka tena, na kumpokea kama Bwana wako na Mwokozi.

Ni rahisi. Ni mwenye nguvu. Ni mabadiliko kila

kitu. Omba Hili Kwa Sauti:

"Bwana" Yesu, Mimi amini Wewe ni ya

Mwana ya Mungu. Mimi amini Wewe alikufa

kwa yangu dhambi na waridi tena.

Mimi kukiri hiyo Mimi kuwa na dhambi na Mimi hitaji

Yako msamaha. Leo, Mimi toba na zamu kutoka

yangu zamani njia.
Mimi mwaliko Wewe ndani yangu maisha kwa
kuwa yangu Bwana na Mwokozi. Osha mimi
safi. Jaza mimi na Yako Roho.
Mimi tangaza Mimi asubuhi kuzaliwa tena, kusamehewa, na bure.

Kutoka hii siku mbele, Mimi mapenzi fuata Wewe — na Mimi mapenzi moja kwa moja katika Yako hatua.
Asante Wewe kwa akiba mimi. Katika Yesu jina, amina."
Inayofuata Hatua Baada ya Wokovu

1. **Mwambie Mtu** – Shiriki yako uamuzi na a mwamini unamwamini .
2. **Tafuta a Kulingana na Biblia Kanisa** – Jiunge a jumuiya hiyo hufundisha Neno la Mungu na maisha hiyo nje. Tembelea Mungu Tai wizara mtandaoni kupitia https ://www.ot akada.org au https://chat.whatsapp.com/H67spSun32DDTma8TLh0ov
3. **Pata Alibatizwa** – Chukua ya inayofuata hatua hadharani kwa tangaza imani yako .
4. **Soma ya Biblia Kila siku** – Anza na ya Injili ya Yohana.
5. **Omba Kila Siku** – Mazungumzo kwa Mungu kama a rafiki na Baba.
6. **Endelea Kuunganishwa** - Jiunge na watu wanaokuhimiza kutembea kwako mpya.
7. **Anza a ufuasi Mchakato ndani ya jumuiya** – Kuendeleza moja juu moja uhusiano na Yesu Kristo kupitia hizi viungo

wa siku 40 1 - https ://www.ot akada.org/get-free-40-days-online- kozi-ya-ufuasi-katika-safari-na-Yesu/

40 Ufuasi 2 - https : //www.ot akada.org/get-free-40-days-dna-of-safari-ya-ufuasi-na-Yesu-mfululizo-wa-2/

Yangu Wokovu Wakati

Tarehe : ____________________

Saini : ______________________

"Kama mtu yeyote ni katika Kristo, yeye ni a mpya uumbaji; ya zamani ina kupita mbali, ya mpya ina njoo!

— 2 Wakorintho 5:17

Cheti ya Mpya Maisha katika Kristo

WOKOVU TAMKO – Kuzaliwa Tena na Neema

Hii inathibitisha hiyo

____

(Kamili Jina)

ina hadharani imetangazwa **imani katika Yesu Kristo**
kama Bwana na Mwokozi na ina imepokelewa ya bure zawadi
ya wokovu kupitia kifo na ufufuo wake.

"Kama wewe waziwazi tangaza hiyo Yesu ni Bwana na amini katika yako moyo hiyo Mungu alimfufua Yeye kutoka ya amekufa, wewe mapenzi kuwa kuokolewa."

— Warumi 10:9 (NLT)

Siku hii, mbingu hufurahi na safari mpya huanza.

Tarehe ya Uamuzi :________________________

Saini : ____________________________________

Wokovu Tamko

"Leo, Mimi kujisalimisha yangu maisha kwa Yesu Kristo.
Mimi amini Yeye alikufa kwa yangu dhambi
na waridi tena. Mimi kupokea Yeye kama
yangu Bwana na Mwokozi.
Mimi asubuhi kusamehewa, kuzaliwa tena, na imetengenezwa mpya.
Kutoka hii wakati mbele, Mimi mapenzi tembea katika
Yake hatua." Karibu katika Familia ya Mungu!
Yako jina ni imeandikwa katika ya Kondoo Kitabu ya
Maisha. Yako hadithi ni tu mwanzo — na ni
milele.

Unganisha NA YA MUNGU TAI HUDUMA

- Tovuti: www.otakada.org [1]
- Utajiri Zaidi ya Wasiwasi Mfululizo: www.wealthbeyondworryseries.com [2]
- Barua pepe: ambassador@otakada.org

- **Usaidizi hii kazi:**

MSAADA UFALME MIRADI, misheni, na bure kimataifa rasilimali kupitia utoaji unaoongozwa na agano.

Changanua QR Msimbo kwa Toa

https://tithe.ly/give?c=308311

Yako ukarimu husaidia sisi fikia zaidi roho, tafsiri rasilimali, wasaidie wamishonari, na jenga ufuasi mifumo duniani kote. Asante wewe!

1. https : //www.ot akada.org

2. https : //www.w eal thbeyondworryseries.com

Mwandishi WASIFU

Zakaria Godseagle

Amwandishi • Mwalimu • Mwenye maono Kiongozi

Zacharias Godseagle ni mwalimu mwenye shauku wa Neno na sauti ya utambuzi kwa Mwili wa Kristo. Akibeba neema ya kipekee kwa ufahamu wa kiroho, Zakaria mawaziri na uwazi, unabii kina, na a hamu inayowaka moyoni ya kuwaona waumini wakitembea katika usafi, uchaji wa Mungu, na kujisalimisha kwa kweli kwa Kristo.

Kama mfanyakazi mwenza katika kazi ya God's Eagle Ministries (GEM), anacheza kama muhimu jukumu katika umbo ufuasi maudhui, kimaandiko mwangaza, na vyombo vya habari ufikiaji hiyo miguso maisha ng'ambo kidijitali na kimwili mipaka. Yake maandishi umakini imewashwa ndani mabadiliko, utiifu, na ya urejesho wa Kristo kwenye kiti cha enzi cha moyo wa mwamini.

Zakaria anaongozwa na imani rahisi: **moyo unapopangwa, hatima hupanga.**

Anaendelea kuwafikia hadhira duniani kote kupitia ufundishaji, ushauri, na miradi ya ubunifu iliyojaa Roho.

Balozi Jumatatu O. Ogbe

MWANDISHI • Mjumbe wa UMISHONARI • Mwanzilishi, Huduma za God's Eagle (GEM)

Balozi Monday Oreojo Ogwuojo Ogbe ndiye mwanzilishi wa **God's Eagle Ministries (GEM)** — misheni ya kimataifa yenye jukumu la "kuwaunganisha watu kwa Mungu kupitia Yake Neno." Inajulikana kwa yake kali shauku kwa ukweli, usimulizi wa hadithi zenye hisia, na mafundisho ya kinabii, anahudumu katika mataifa yote kupitia uandishi, utangazaji wa podikasti, utengenezaji wa filamu, kidijitali uinjilisti, na ufuasi.

Akiwa na uzoefu katika uongozi, vyombo vya habari, na misheni, Balozi Monday hubeba a tamaduni mbalimbali upako hiyo husikika kutoka Afrika kwa Asia, Amerika, Ulaya, na Mashariki ya Kati. Mafundisho yake yanakabiliana na vita vilivyofichwa vya moyo wa mwamini—tamaa, mapambano ya utambulisho, kuridhika kiroho, na ya hila mmomonyoko ya ukaribu na Mungu.

Yeye ndiye mwandishi wa ibada nyingi, mfululizo wa vitabu, na mafundisho ya media titika ambayo huwafikia mamilioni kupitia otakada.org na majukwaa ya kidijitali ya GEM.

Yake maisha ujumbe ni rahisi lakini kina:

"Wakati Kristo anakaa katika ya kituo, kila kitu kingine inachukua yake haki mahali.

Faraja Ladi Ogbe

MWANDISHI • MWOMBEAJI • Mfanyakazi Mwenza katika Wizara

Comfort Ladi Ogbe ni mwandishi, mwombezi, na mfanyakazi mwenza katika mgawo wa Ufalme ya Mungu Tai Wizara. Mwenye vipawa na huruma, utambuzi, na a malezi roho, yeye huleta hisia kina na kiroho kutuliza kwa kila mradi anaogusa.

Michango yake—mara nyingi nyuma ya pazia—ina harufu nzuri ya unyenyekevu, hekima, na uponyaji. Faraja mawaziri kupitia ushauri nasaha, maombi, ufuasi, na ushirikiano wa ubunifu, hasa katika kazi zinazosisitiza urejesho wa familia, ukomavu wa kiroho, na mabadiliko ya moyo.

Kama mwandishi, anaandika kutoka mahali pa uzoefu wa maisha na imani ya kiroho, akiwapa wasomaji uwazi, faraja, na kutia moyo kufuata ukamilifu katika Kristo.

Faraja imejitolea kuwasaidia waumini kumwona Mungu si tu katika maarifa, bali pia katika maisha ya kila siku—ambapo moyo hujifunza kumwamini, kujisalimisha, na kustawi.

Mwandishi Ukurasa:

https://www.am azon.com/stores/Zacharias-Godseagle/author/B0FCZ89D4K

VITABU NA RASILIMALI ZINAZOPENDEKEZWA

Upyaji 7
Ponya ya Moyo ya Yako Nyumbani katika 7 Siku Upyaji Mfululizo – Familia Umoja Toleo

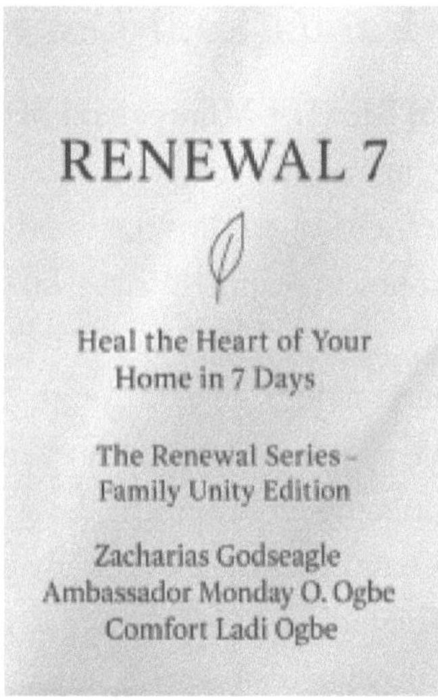

Kiungo kwa Kitabu Karatasi iliyoandikwa kwa karatasi - https://shop.ingramspark.com/b/084?params=htyfL002e1JzyEpZWkKtaXWF5FJ1jZFOjgiQKEfcbnw
Kiungo kwa Amazon Ukurasa Karatasi iliyoandikwa kwa karatasi - https://www.am azon.com/RENEWAL- Ponya Moyo-Upyaji-Wako/dp/B0GD92153W

Kiungo cha Kitabu cha Pepe cha Amazon –
https ://www .am azon.com/RENEWAL-Heal-Heart-Your-Renewal-ebook/dp/B0G91BMFND

CHANGANYA MIMI –

Upyaji 7: Ponya ya Moyo ya Yako Nyumbani katika 7 Siku

Ya Upyaji Mfululizo — Familia Umoja Toleo

Kiungo cha Paperback - https://shop.ingramspark.com/b/084?params=nSEelv9oUsItOu5akVZlg4ycGbbmvlBOtSiqeOZr5yQ

cha Amazon paperback - https://www.am azon.com/RENEWAL-NDOA-Moyo-Ndoa-Upyaji/dp/B0GDC1YZJ7

Kiungo cha Kitabu cha Elektroniki cha Amazon - https://www.am azon.com/RENEWAL- NDOA-Moyo-Upya-Ndoa-kitabu-eBook/dp/B0G6JXJWJL

THE KITI CHA ENZI YA THE MOYO – 12 vita sisi lazima kushinda

AMAZON Kitabu Pepe - https://www.am azon.com/THRONE-HEART- TAMANI-MAONYO-BANDIA-YA-KUTOSHA-KITU-BANDIA-E-kitabu/dp/ B0G4SPFRY7

ya Amazon - https://www.am azon.com/THRONE-HEART-TAAMAA-RIDHAA BANDIA/dp/ B0G4TKW1ND

JAMBO LA KITABU KUTOKA INGRAMSPARK - https://shop.ingramspark.com/b/084?params=a75LJXtvvI63VnzeQPleQTkAJWfu8CPQV615Oe31D80

4 NDANI 1 MAHUBIRI KWA ZAKARIA Godseagle na Sauti kiungo –

CHA AMAZON - https://www.am azon.com/Sermons-Zacharias- Kitabu-pepe cha viungo-vya-sauti cha Godseagle/dp/B0G4XCH4TW

Karatasi ya Amazon - https://www.am azon.com/Sermons-Zacharias-Viungo vya Sauti vya Godseagle/dp/B0G4TK4XGT

Kiungo cha cheche cha Ingram chenye karatasi - https://shop.ingramspark.com/b/084?params=nK2JERskkbhdAOSNseTUNRhaCFqUPZuhB4uYfqrXvGb

THE LOGOS PROTOCOL SERIES | 1
PILGRIM CODE
AI AWAKENING
A prophetic sci-fi thriller where faith collides with artificial intelligence, and light wars against the code.
ZACHARIAS GODSEAGLE
AMBASSADOR MONDAY O. OGBE
COMFORT LADI OGBE

Kitabu Pepe - https://www.am azon.com/Logos-Protocol-Awakening-artificial- kitabu-pepe cha ujasusi/dp/B0FXNQFSWZ

Karatasi iliyorudishwa - https://www.am azon.com/Logos-Protocol-Awakening- akili-bandia/dp/B0FXNGR66D

Karatasi *ngumu* - https://www.am azon.com/Logos-Protocol-Awakening- akili bandia/dp/B0FZNTQR6Y

Ingramspark ya Karatasi - https://shop.ingramspark.com/b/084?params=QkK4aNYTYO9U5z9uOkdHgc7Ue1eGDLqbb1tz9WRPaSk

Kwa nini Ukombozi Inashindwa - na Jinsi gani ya Moto ya Mungu Hurejesha ya Nafsi: 40 Kila Siku Matamko kwa Pande Zote Ukombozi

pepe - https://www.am azon.com/Why-Deliverance-Fails-Declarations-Kitabu-pepe cha pande zote/dp/B0FW74L4G4
Karatasi iliyorudishwa - https://www.am azon.com/Why-Deliverance-Fails- Matamko-Yote-Yote/dp/B0FWB3LXRM

Imehifadhiwa lakini Imepotea – Ya Kutokuwa mwanafunzi Badilisha – iliyotafsiriwa ndani 25 lugha

Karatasi iliyochapishwa

https://shop.ingramspark.com/b/084?vigezo=iYNB6S3PLMfREpm0jMM15bMe3BvWlkjcYyLYnHVGAds - Kitabu cha kielektroniki cha https://www.amazon.com/SAVED-BUT-LOST- Kitabu-cha-UNDISCIPLED-heartbreak-ebook/dp/B0FVJ29DF7

7 SIKU YA KIROHO VITA na UPONAJI - hii ni Sehemu 1

Kufunga ya Adui, Kurudi Mishale Mara saba, na Kurejesha Hatima Yako

https://shop.ingramspark.com/b/084?params=8mPzqUl73Ex7uPyeO7ydyt8EGkkB6u2gX1jZvWU8j1C

cha kitabu cha kielektroniki - https://www.amazon.com/DAYS-SPIRITUAL- Kitabu-pepe-kinachorudisha-urejeshaji-wa-vita/dp/B0FMPJM5KZ
7 SIKU YA KIROHO VITA na UPONAJI - Sehemu 2 - Kufunga ya Ushindi, Kuvunja Kaya Uovu, na Kuhifadhi Umerejeshwa Hatima

Karatasi iliyorudishwa - https://shop.ingramspark.com/b/084?params=LkpNmGSsApHhWhiSO7bW3wFmcXQKIO4ZEBeSbP5rL1S
pepe - https://www.am azon.com/DAYS-SPIRITUAL-WARFARE-RECOVERY -Wickedness-ebook/dp/B0FR9YCMY8

KUTOKA GIZA KWA UTAWALA: 40 Siku kwa Mapumziko Bure kutoka Mshiko Uliofichwa wa Giza

A Kimataifa Ibada ya Uelewa, Ukombozi na Nguvu - Kwa Watu Binafsi, Familia, na Mataifa Tayari kwa Kuwa Bure

Karatasi iliyochapishwa
https://shop.ingramspark.com/b/
084?params=aVgp21QfwJxNAnkf Kitungocha
MxIQ0yejuFCVY12KFr978SRkZUD cha Amazon - https://www.am
azon.com/DARKNESS-DOMINION- Kitabu-pepe cha Uhamasishaji-
wa-Ibada/dp/B0FLDH2Y67

- ***Imewasilishwa kutoka ya Nguvu ya Giza*** **(Kitabu cha karatasi)** — Nunua Hapa [1] | Kitabu pepe imewashwa

Amazon [2]

- **Juu Mapitio kutoka ya Umoja Majimbo:**
  - **Kindle Mteja** : "The Bora zaidi Mkristo soma milele!" (5) nyota)

Yesu asifiwe kwa ushuhuda huu. Nimebarikiwa sana na ningependekeza kila mtu moja kwa soma hii kitabu... Kwa ya mishahara ya dhambi ni kifo lakini ya zawadi ya Mungu ndiye uzima wa milele. Shalom! Shalom!

- **Da Gster** : "Hii ni a sana kuvutia na badala yake ajabu kitabu." (5) nyota)

Kama nini ni alisema katika ya kitabu ni kweli kisha sisi kweli ni njia nyuma imewashwa nini adui ni uwezo ya kufanya! ... A lazima kwa mtu yeyote kutaka kwa jifunze kuhusu kiroho vita.

- **Visa** : "Upendo" hii kitabu" (5) nyota)

---

1. https://shop.ingramspark.com/b/084?params=oeYbAkVTC5ao8PfdVdzwko7wi6IQimg JY2779NaqG4e

2. https://www.am azon.com/Delivered-Power-Darkness-AFRICAN-DELIVERED-ebook/dp/

B0CC5MM4MV

Hii ni a jicho kifungua... a kweli ungamo... Hivi karibuni Mimi kuwa na imekuwa kutafuta kwa kila mahali kwa nunua hiyo. Kwa hivyo furaha kwa pata hiyo kutoka Amazon.

- **FrankJM** : "Kabisa tofauti" (4) nyota)

Kitabu hiki kinanikumbusha jinsi vita vya kiroho vilivyo halisi. Pia kinanikumbusha sababu kwa kuweka imewashwa ya "Kamili Silaha ya Mungu."

- **JenJen** : "Kila mtu WHO anataka kwa nenda kwa Mbinguni- soma hii!" (5) nyota)

Hii kitabu imebadilishwa yangu maisha hivyo sana. Pamoja na Yohana Ramirez's ushuhuda, ni mapenzi tengeneza wewe angalia katika yako imani tofauti. Nimewahi soma hiyo 6 mara!

- *Aliyekuwa Muabudu Shetani: Ya Yakobo Kubadilishana* (Kitabu cha karatasi) — Nunua Hapa [3] | Kitabu pepe imewashwa Amazon [4]

3. https://shop.ingramspark.com/b/

084?params=I2HNGtbqJRbal8OxU3RMTApQsLLxcUCTC8zUdzDy0W1

4. https://www.am azon.com/JAMESES-Exchange-Testimony-High-Ranking-Encounters-ebook/dp/B0DJP14JLH

- ***USHUHUDA YA AN Mwafrika ALIYEKUWA MWENYE SHETANI*** - *Mchungaji YONASI LUKUNTU*

  MPALA (Kitabu cha karatasi) — Nunua Hapa [5] | Kitabu pepe imewashwa Amazon [6]

- *Kubwa zaidi Majaribio 14* (Kitabu cha karatasi) — Nunua Hapa [7] | Kitabu pepe imewashwa Amazon [8]

5. https://shop.ingramspark.com/b/084?params=0Aj9Sze4cYoLM5OqWrD20kgknXQQqO5AZYXcWtoMqWN
6. https://www.am azon.com/TESTIMONY-African-EX-SATANIST-Pastor-Jonas-ebook/dp/B0DJDLFKNR
7. https://shop.ingramspark.com/b/084?params=772LXinQn9nCWcgq572PDsqPjkTJmpgSqrp88b0qzKb

8. https://www.am azon.com/Greater-Exploits-MYSTERIOUS-Strategies-Countermeasures-ebook/dp/B0CGHYPZ8V

- *Nje ya ya Ibilisi Kuogea* na Yohana Ramirez — Inapatikana imewashwa Amazon [9]
- *Yeye Alikuja kwa Seti ya Wafungwa Bure* na Rebecca Kahawia — Tafuta imewashwa Amazon [10]

Nyingine vitabu iliyochapishwa na mwandishi – Juu

1000 Majina Yaliyopendwa, Yaliyochaguliwa na Kamili : Safari ya Siku 30 kutoka Kukataliwa hadi **Marejesho** iliyotafsiriwa ndani 40 lugha ya ya dunia https://www.amazon.com/Loved-Chosen-Whole-Rejection-Restoration- kitabu pepe/dp/B0F9VSD8WL

https://shop.ingramspark.com/b/084?params=xga0WR16muFUwCoeMUBHQ6HwYjddLGpugQHb3DVa5hE

9. https://www.am azon.com/Out-Devils-Cauldron-John-Ramirez/dp/0985604306

10. https://www.am azon.com/He-Came-Set-Captives-Free/dp/0883683239

Loved, Chosen and Whole
A 30-Day Journey from Rejection to Restoration

Katika Yake Hatua — A Siku 40 WWJD Changamoto: Kuishi Kama Yesu katika Maisha Halisi Hadithi Karibu ya Dunia

https://www.am azon.com/His-Steps-Challenge-Real-Life-Stories-ebook/dp/B0FCYTL5MG

https://shop.ingramspark.com/b/084?params=DuNTWS59IbkvSKtGFbCbEFdv3Zg0FaITUEvlK49yLzB

YESU AT THE MLANGO:
40 Kuvunja moyo Hadithi na Mbinguni Mwisho Onyo kwa Makanisa ya Leo

https://www.am azon.com/dp/B0FDX31L9F

https://shop.ingramspark.com/b/084?params=TpdA5j8WPvw83glJ12N1B3nf8LQte2a1lIEy32bHcGg

AGANO MAISHA: 40 Siku ya Kutembea katika ya Baraka ya Kumbukumbu la Torati 28
- https ://www .am azon.com/dp/B0FFJCLDB5
Hadithi kutoka Halisi Watu, Halisi Utiifu, na Halisi
https://shop.ingramspark.com/b/
084?params=bH3pzfz1zdCOLpbs7tZYJNYgGcYf U32VMz3J3a4e2Qt

Mabadiliko katika juu 20 lugha

KUJUA HER na KUJUA YEYE:
40 Siku kwa Uponyaji, Kuelewa, na Kudumu Upendo

https://www.am azon.com/KNOWING-HER-HIM-Healing- Kitabu cha kielektroniki cha Kuelewa/dp/B0FGC4V3D9
https://shop.ingramspark.com/b/
084?params=vC6KCLoI7Nnum24BVmBtSme9i6k59p3oynaZOY4B9Rd

KAMILI, SIYO SHINDANA:
A Siku 40 Safari kwa Kusudi, Umoja, na Ushirikiano

https://shop.ingramspark.com/b/
084?params=5E4v1tHgeTqOOuEtfTYUzZDzLyXLee30cqYo0Ov9941
https://www.am azon.com/COMPLETE-NOT-COMPETE-Journey-
Kitabu-pepe cha Ushirikiano/dp/B0FGGL1XSQ/

MWENYEZI MUNGU AFYA MSIMBO - 40 Kila siku Funguo kwa Washa Uponyaji Kupitia kwa Mungu Neno na Uumbaji Fungua ya Uponyaji Nguvu ya Mimea, Sala, na Unabii Kitendo

https://shop.ingramspark.com/b/084?params=xkZMrYcEHnrJDhe1wuHHYixZDViiArCeJ6PbNMTbTux
https://www.am azon.com/dp/B0FHJT42TK

Nyingine vitabu kopo kuwa kupatikana imewashwa mwandishi ukurasa https://www.am azon.com/ maduka/Balozi-Monday-O.-Ogbe/author/B07MSBPFNX

www.ingramcontent.com/pod-product-compliance
Ingram Content Group UK Ltd.
Pitfield, Milton Keynes, MK11 3LW, UK
UKHW042111021026
15589UKWH00001B/321

9 798295 591563